TUSHIN BANGASKIYA

ISHAYA 58 GIDAN KOYO TAFI DA KANKA

ALL NATIONS INTERNATIONAL

Edited by
DANIEL WANJI

Tushin Bangaskiya
Ishaya 58 Gidan Koyo Tafi da Kanka

Foundations of Faith - Hausa
© All Nations International 2020

All rights reserved. Isaiah 58 Mobile Training Institute is available for use in training programs. For more information, order additional copies:

email: is58mti@gmail.com
contact us: www.all-nations.org
online course: is58mit.org

Scripture quotations are taken from the
Hausa Bible © Bible Society of Nigeria © 2010

Cover Art: Julian V. Arias and Eve L.R. Trinidad
ISBN: 978-1-950123-44-5

ABIN DA KE CIKI

Introduction	v
Gabatarwa	vii
1. Tushin Bangaskiya	1
2. Wanene God?	4
Dubawa: Wanene God?	11
3. Me Ya Sa God Ya Halice Mutane?	13
Bita: Me Yasa God ya Halicci Mutane?	21
4. Menene Zunubi?	23
Bita: Menene Zunubi?	31
5. Wanene Yesu?	34
Bita: Wanene Yesu?	39
6. Menene Tuba?	40
Bita: Menene Tuba?	45
7. Menene Ceto?	47
Bita: Menene Ceto?	53
8. Menene Baftisma na ruwa?	55
Bita: Menene Baptismar Ruwa?	65
9. Wane ne Ruhu Mai Tsarki?	67
Bita: Wane ne Ruhu Mai Tsarki?	71
10. Menene Baftismar Ruhu maitsarki?	73
Bita: Menene Baptismar Ruhu Maitsarki?	79
11. Abin da Dole ne in Ceto?	81
12. Ku tafi Yi Almajirai	84
Bita: Jeka Ka Yi ciplesan Almajirai	90
Maɓallin Bita	93

INTRODUCTION

In 1954, God gave Rev. Agnes I. Numer the revelation of Isaiah 58. He told her, "This is My plan, for My church, for the end of time." He showed her planes, trains, warehouses, training centers, centers of refuge, food distribution and so much more.

Rev. Numer established training centers where leaders received a vision, a hope, a plan and the principles of God's Kingdom. Those leaders passionately put these principles into practice in ministries around the globe. God has been their Jehovah Jireh.

God also showed Rev. Agnes I. Numer a school of ministry that would share these principles of His Kingdom to the nations. The Isaiah 58 Mobile Training Institute is now available in print and eBook form.

Thank you.

All Nations International

> Habakkuk 2:2 (KJV) "And the Lord answered me, and said, Write the vision, and make it plain upon tables, that he may run that readeth it. 3 For the vision is yet for an appointed time, but at the end it

> shall speak, and not lie: though it tarry, wait for it; because it will surely come, it will not tarry."
>
> 2 Timothy 2:2 (KJV) "And the things that thou hast heard of me among many witnesses, the same commit thou to faithful men, who shall be able to teach others also."

Rev. Agnes I. Numer, also known as the *"Mother Teresa of America"* passed away July 17, 2010 at 95 years of age. She has leaves behind a tremendous legacy.

GABATARWA

Yayinda muke yawo a duniya, muna ganin fastoci da shugabanni suna gwagwarmaya da, "Abinda zasu koyawa mutanen su." Watakila basu taɓa samun zuwa Makarantar Littafi Mai Tsarki ba … kuma mai yuwa ba za su iya samun damar hakan ba.

Kukan mu shi ne cewa, God zai karanta muku wannan … da zai ba da Bishararsa a zuciyarku, zai horar da ku, kuma zaku sami 'yanci, ikon zaman lafiya da ikon nuna ƙaunarsa ga al'umma.

Bari muyi aiki tare yayin da akwai lokaci .… Shi kaɗai ne za a ɗaukaka.

Bari Yesu ya dauke ku zuwa ga Al'ummai ….

Teresa Skinner
   Darakta
   "Za a kuma yi bisharar nan ta Mulkin Sama ko'ina a duniya domin shaida ga dukkan al'ummai. Sa'an nan kuma sai ƙarshen ya zo." Matta 24:14

Fasali 1

TUSHIN BANGASKIYA

Lokacin da muke ƙoƙarin bayyana wane ne God, muna fuskantar da matsaloli: A cikin duniyar yau, mutane da yawa suna zuwa coci, amma ba su fahimci cewa ubangiji da suke bautawa, wata halitta ce mai hangen nesa, mai nisa. Madadin haka, shi Mahalicci ne mai ƙauna wanda ke kula da kowane ɗayanmu kuma wanda ke nuna ƙaunarsa a cikin ainihin gaskiya, hanyoyi masu riɓi.

A matsayin fasto, zaku iya samun mutanen wanda basu yarda cewa akwai God ba kuma an halice mu a cikin kamanin sa. God ya bayyana a cikin Tsohon juyi kamar yadda God na Ibrahim, Ishaku, da Yakubu. Shine God wanda ya amsa da wuta. Shine God wanda baya canzawa kuma madawwami ne. Shine Sarkin duk Sarakuna.

Daga qarsh, hanya daya tilo da za mu san shi ita ce sanin shi ga wanene Shi - ba wanda muke son shi ya zama ba.

Sabili da haka, a cikin wannan takaitacen darasi na gabatarwa, zamu kawo muku hanyoyin da za ku gabatar da mutane ga God da kuma mutuminsa. Abubuwan da muka tara za su ba ku taƙaitaccen bidiyo wanda zai taimaka wajen bayyana ƙa'idodin Littafi Mai-Tsarki wanda zaku iya gina tattaunawar ku da ɗaliban ku. Fatan mu shine kamar yadda kuke amfani da wannan jigon God zai bayyana kansa gare ku.

Kasancewa a shirye don gano ko wanene God yake na da muhiminci. Wani lokaci, muna tunanin cewa an halicce God a kamaninmu, kuma mun kasa fahimtar cewa an halice mu cikin kamaninsa. God ya bayyana a cikin Tsohon Alkawari kamar God na Ibrahim, Ishaku, da Yakubu. Kuma an san shi da God wanda yake amsa da wuta.

Yana da mahimmanci mu gane ko wanene God kuma yana so ya komar da mu zuwa ga dangantakar da ke tare da mu a farkon, a cikin gonar Aidan. Yana so mu san shi da kaina da kuma kusanci. Kamar dai yadda yayi tafiya tare da Adam da Ibrahim, haka kuma wannan Uba mai kauna yana so ni da kai mu san shi yadda yake.

Kamar yadda muka gani a cikin Zabura 103:7, mun koya cewa God "ya sanar da Musa al'amuransa ga bayin Isra'ila."

Ta hanyar yin nazarin maganganun da tambayoyin da ke ƙasa, zamu iya fara barin God ya bayyana kansa gare ku. A wannan ɓangaren, zaku iya sanin amsoshin waɗannan tambayoyin. Fatan mu shine kamar yadda kuka samo amsar, zaku … san God.

Wasu tambayoyin za mu amsa:

- Wanene God?
- A ina yake zaune?
- Wane launi ne God?
- Wanene God ya zaɓa don wakiltar kansa?
- Ta yaya God ya shirya mutanen yahudawa?
- Me ya sa wannan yake da muhimmanci a gare mu?

Fasali 2

WANENE GOD?

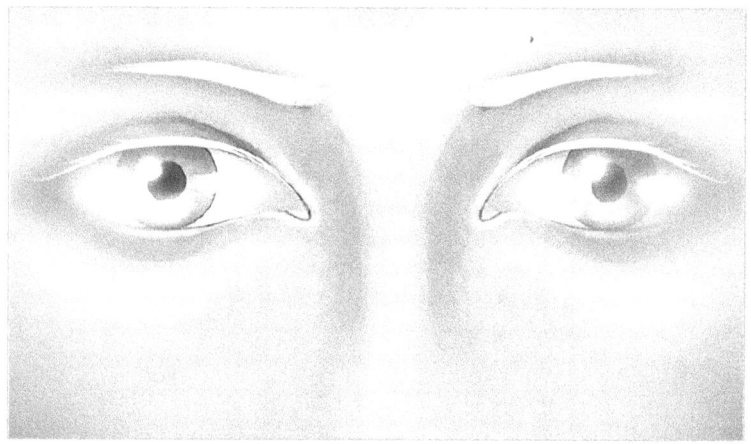

A cikin duniya yau mutane da yawa suna zuwa coci kuma ba su fahimci Beingarfin thatarshe da suke bauta wa ba. Muna tsammani an halice God a kamannin **mu kuma ba mu san cewa an halice, mu cikin kamaninsa ba.** God ya bayyana a cikin Tsohon Alkawari kamar yadda God na Ibrahim, Ishaku da Yakubu da kuma God wanda ya amsa da wuta.

Bari mu san shi ga wanene Shi ... ba wanda muke son shi ya kasance ba.

Yi nazarin maganganun da tambayoyin da ke ƙasa kuma ku **bar God ya bayyana kansa gare ku.**

Wanene God?

Kalli Bidiyon: Latsa don kallon bidiyon Halittar Farawa ko je zuwa: is58mti.org kuma a karkashin Kategorien, adanna Albarkatun

God ya kasance ... kafin halittar mu. God ya kasance, shi ne, zai kasance har abada. God mai iko ne mara iyaka wanda bashi da farko da karshe. God ya kasance ... tun kafin a halicce mu kuma zai kasance anan kafin mu mutu. Kamar yadda zamu iya karantawa a cikin Farawa, God ya yi komai, Shi ne ya halice komai - sama da ƙasa, da dukkan abubuwa masu rai. God kuma ya halice mutum cikin kamannin sa.

Farawa 1:1, A cikin farko God ya halicci sama da ƙasa.

Ya sanya mutum cikin surarsa. Mutum bai yi siffar God ba.

Dauki lokaci kaɗan **zuwa kallon bidiyon halitta.** Kamar yadda muke kallon wannan bidiyon ganin girman halitan God da kuma yadda Shi ya sanya duniya, da taururu da ruwa God ya sanya ku kuma Ya sanya ni.

Farawa 1:26 God kuwa ya ce, Bari mu yi mutum cikin siffarmu, da kamanninm;kuma bari su samu iko, akan kifaye na ruwa da tsuntsun,da tumaki da dukan duniya, da dukan abin da

ke rarrafe a ƙasa. 27 haka God ya halice mutum cikin siffar God, God ya halice shi. namiji da ta mace ya halice su.
An halice mutum cikin siffar God. Menene Hotonsa? Yaya halinsa? Yaya God yake ji game da mutanensa? Yaya God yake ji game da kai?
God ya halitta komai don yardarSa. Ya halice ku da ni kuma don yardarsa. God mai girma ne kuma amma ya isa ya zauna cikin zukatan mu. Zai dauki lokaci domin jin tunaninmu da kuma addu'o'inmu.

God na... kishi a kanku.

God yana so mafi kyau a gare ku. Ya san cewa zunubi yana jawo mutuwa da hallakarwa wannan yasa ya ba da umurni yadda za'a rayu. Littafi Mai Tsarki kamar littafin koyarwa ne. Kalmarsa ce aka rubuta don mutum. Domin mutum ya fahimci hanyoyinsa da dokokinsa.

Fitowa 34:14 Kada ku bauta wa wani God: domin Ubangiji, wanda sunansa Kishi ne, God mai kishi ne:

God shi ne... mai jinƙai, mai alheri, mai jinkirin yin fushi, mai yalwar tausayi da gaskiya ...

Da Fitowa 34:6 Ubangiji kuma ya shugabantar da shi a gabansa, ya ce, 'Ubangiji, God God, mai jinƙai ne, mai alheri, tsawon jimrewa, mai yawan nagarta da gaskiya,

Zabura 145:8 Ubangiji mai alheri ne, mai jin kai; Mai jinkirin yin fushi, da jinƙai mai girma.

INA yake zama?

God na zama... a sama da kuma a cikin zukatanmu.

Lokacin da muke rokon Yesu ya gafarta mana zunubanmu mu kuma roke shi ya shiga cikin zuciyarmu zai so. God ya yi mu don yardarsa da ɗaukakarsa, yana son kusanci da mu, shi ya sa ya yi mu farkon.

Afisawa 2: 21-22 (NLV)
21 Kristi yana kiyaye wannan ginin kuma yana girma zuwa

gini mai tsarki na Ubangiji. 22 Aka kuma ɗauke ku zama wani ɓangare na wannan ginin saboda God yana zaune a zuciyarku ta Ruhunsa.

God ya... Nasa Mulki da nasa Kasar.

Sau da yawa mutane suna tunanin God yana kama da Ubansu ko kuma abokansu. Ba shi bane. God yana da al'adun sa, hanyarsa ta bayyana kansa. Ba mu iya kuma ba za mu iya sarrafa shi ba. Shine God.

Luka 11:2 Sai ya ce musu, lokacin da kuka yi addu'a, ku ce, 'Ya Ubanku wanda yake cikin Sama, A tsarkake sunanka. Mulkinka shi zo. Za a yi nufinka kamar yadda ake yi a Sama.

Yahaya 18:36 Yesu ya amsa, "Masarauta ta ba ta wannan duniyar bane: ... amma yanzu mulkina ba daga nan ba.

WANE launi ne God?

Kalli Bidiyon: "Wane Launi ne God?" ko je zuwa: is58mti.org kuma a ƙarƙashin Kategorien danna adanna Albarkatun.

God shi ne ... haske - haske shine kasancewar dukkan launuka.

1 Yahaya 1:5 To, wannan shi ne sakon da muka ji game da shi, kuma muke sanar da ku, cewa God haske ne, kuma a gareshi duhu ba ko kaɗan.

God ba ... fari, launin ruwan kasa, rawaya ko baki.

God ne ... duk launuka - DUKAN mutane ana sanya surarsa.

Idan munga hotunan God su ne kawai dabaru da mutum ya zo da shi. Kalmar God ta ce Ya halice mutum cikin surarsa. Bai faɗi wane mutum ba, amma dukkan mutane God ne ya halice su da surarsa.

Farawa 1:27 Don haka God ya halice mutum cikin siffarsa, cikin siffar God ya halicce shi. namiji da ta mace ya halice su.

WANE NE God ya zaɓi ya wakilci Kansa?

Tarihi **God ya zaɓi...** Isra'ila, jama'ar yahudawa. God ya shirye su sama da shekaru 4,000 don kawo dansa Yesu, almaasihu zuwa ƙasa.

Kubawar Shari'a 7:6 Gama ku keɓaɓɓun mutane ne ga Ubangiji Godnku. Ubangiji Godnku ya zaɓe ku don ku zama mutanen na musamman ga kansa, fiye da dukkan mutanen duniya.

A yau, **God yana zaɓar...** *waɗanda suke da kunnuwa da za su ji.*

1 Bitrus 2:9 Amma ku keɓaɓɓe ne, zaɓaɓɓun firist na sarki, tsattsarkar al'umma, waɗansu keɓaɓɓe (ko saya). domin ku sanar da wanda ya kira ku daga duhu zuwa ga haskensa mai banmamaki: 10 waɗanda a da can ba mutane ba ne, amma yanzu ku jama'ar God ne. Waɗanda ba su sami jinƙai ba, amma Yanzu sun sami jinƙai.

YAYA God ya shirya mutanen yahudawa?

God ya nuna... kansa garesu.

God ya bata lokaci tare da Adamu da Hauwa'u a gonar Adnin. Ya koya musu yadda za su kula da lambun kuma yadda za su kula da kansu. Yayin da muke karanta littafin Fitowa za mu ga cewa God ya kasance tare da Isra'ilawa kowace rana, yana yi musu girgije da rana da wuta dare da rana. Fiye da shekaru arba'in God ya ciyar da su daga hannunsa har suka isa theasar Alkawari.

God ya koya wa yahudawa yadda ake bayar da labari har suka sami damar rubuta tarihin su. Ya nuna masu cewa yana da muhimmanci a mika dukkan hanyoyin Shi da dokokinsa ga ya' yan su da 'ya'yansu.

God ya koya musu ɗabi'a - abin da ke daidai da abin da ba daidai ba.

Ya ɗauki fiye da shekaru 4,000 God ya shirya Isra'ila don Yesu ya zo wurinsu.

- Adam ga Ibrahim - shekaru 2,000 (ƙarni 20)
- Ibrahim ga Isa - shekaru 2,000 (tsawan 55)
- Yesu ya gabatar - shekaru 2,000

Matta 1:17

Wato, dukkan zuriya daga Ibrahim zuwa kan Dawuda, zuriya goma sha huɗu ce. Daga Dawuda har zuwa ɗebe su zuwa Babila, zuriya goma sha huɗu. Daga ɗebe su zuwa Babila zuwa ga Kristi, zuriya goma sha huɗu.

Me yasa wannan yake da muhimmanci a gare mu?

Yana da mahimmanci mu gane ko wanene God kuma yana so ya

komar da mu zuwa ga dangantakar da ke tare da mu a farkon, a cikin gonar Aidan. Yana so mu san shi da kansa, da kuma yadda muke, kamar yadda ya yi tafiya tare da Adamu da Ibrahim, haka ma wannan mamakin na begen ku da ni ku san shi kamar yadda yake.

Zabura 103:7 Ya sanar da Musa al'amuransa ga Bani Isra'ila. Cewa mu... **san God.**

DUBAWA: WANENE GOD?

1. Wadansu mutane suna ganin God a matsayin halitta mai hangen nesa, mai nisa.
a. Gaskiya ne
b. Karya

2. Dole ne mu _____ God don Shi wanene - ba wanda muke _____ shi ya zama ba.

3. Wasu lokuta, mukan kasance _____ cewa an halicci God cikin surar mu, kuma mu _____ zuwa _____ ne aka halicce mu a cikin _____.

4. God ya ... kafin halittar mu. God ya kasance, shi ne, zai kasance har abada.
a. Gaskiya ne
b. Karya

5. Littafi Mai Tsarki kamar littafin koyarwa ne. Kalmarsa ce aka rubuta don mutum ya
a. san inda zamu kubuta da zunubi
b. fahimci hanyoyinsa da dokokinsa

c. muyi rayuwar mu har zuwa sama.

6. God _____ jama'ar yahudawa ta _____ su da kansa.

7. God yana da ikon mallaka ... da nasa .abi'a.
a. Gaskiya ne
b. Karya

8. Wane launi ne God?
a. Baki
b. Fari
c. Rawaya
d. Kore
e. Ja
f. Haske
g. Duhu

Fasali 3

ME YA SA GOD YA HALICE MUTANE?

God yana da komai, yana iya yin komai kuma cikakke ne a cikin kansa wanda baya bukatar komai, don haka me yasa zai halicci mutane?

Tun da God ya san komai, ya san kyawawan mutanensa, Adamu da Hauwa'u, za su yi zunubi. Ya san cewa halittunsa na kirki zasu lalace ta hanyar mutuwa da lalacewa wanda ke faruwa azaman sakamako na kai tsaye daga wajen God. To don me zai sa har yanzu ya zama mutane?

God ya yi mutane ne domin yana son ya sami mutanen da

suka zaɓi shi da yardar rai, su tattauna da shi kuma su zauna tare da shi har abada. God mai girma Uban Zuciyar Soyayya ta so ta rabawa tare da mutanen da suke nasa. Ya san cewa zai sami mutanen da za su ƙaunace shi kuma su zauna tare da shi har abada. Ya sani cewa idan yana da wasu mutane kalilan da suka san yadda yake kyau da kyau to za su nuna wa wasu game da shi.

Littafin Firistoci 26:12 Zan yi tafiya a cikinku, in zama Godnku, ku kuma ku kasance mutanena.

Ishiyah 43:21 Ni na halicci mutanen nan don kaina. Za su yi yabona.

Yi nazarin waɗannan tambayoyin kuma ku bar God ya bayyana muku dalilin da ya sa ya halicci mutane.

YAYA God ya yi mutane?

God ya halicci mutum daga turɓayar ƙasa. An yi shi cikin surar God don ya mallaki dukkan abubuwa masu rai, su haifi 'ya, su mallaki duniya.

Farawa 1:26 Kuma God ya ce, Bari mu yi mutum cikin siffarmu, da kamanninmu, kuma su

mallaki kifayen teku, da tsuntsayen sararin sama, da bisa dabbobi, da bisa kan duniya duka. , da kowane abu mai rarrafewa a cikin ƙasa. Don haka God ya halicci mutum cikin siffarsa, cikin siffar God, God ya halicce shi. namiji da ta mace ya halicce su.

Farawa 2:7 Ubangiji God kuwa ya siffata mutum daga turɓayar ƙasa, yana kuma hura numfashin rai a hancinsa. mutum kuma ya zama rayayyen mai rai.

God ya ga Adamu shi kaɗai ne, don haka ya halicci mace, Hauwa'u, daga haƙarƙari da ya karɓa daga gefen Adamu.

Farawa 2:18 Sai Ubangiji God ya ce, Ba shi da kyau mutum ya kasance shi kaɗai; Zan yi masa taimako mai haɗuwa da shi.

Farawa 2:21 Ubangiji God ya sa barci mai nauyi ya kwashe mutumin, sai ya yi barci: ya ɗauki ɗayan haƙarƙarinsa ya rufe naman a maimakonsa. 22 haƙarƙarin da Ubangiji God ya karɓa daga mutum ya yi mace, ya kawo ta ga mutumin.

YAYA muke kirkira cikin surar God?

Lokacin da wani ya ce, "Kai kamar Ubanka ne," suna cewa kana yi magana, tafiya, tunani da aikatawa kamar mahaifinka, ko kuma kana da iko na musamman kamar shi. Lokacin da God ya halicce mu, ya ba mu iyawa na musamman da halaye kamarsa.

Muna da iko na ruhaniya don sanin God, da zance da shi kuma mu san kasancewar sa.

Muna da 'yanci – za mu iya zaba. **Muna kirkira** – zamu iya kirkira.

Muna da hankali – zamu iya tunani, koyo, da fahimta.

Muna da iko – zamu iya yin mulki (mallake, mallake mulki, tsara)

Menene lambun Adnin?

Ka yi tunanin wurin - mafi kyau lambu ko filin shakatawa inda babu ciwo, wahala ko azaba. Duk abin da kuke buƙatar ku ci ya haɗu da ku a zahiri. Dabbobin suna cikin salama. Ba wanda ya yi faɗa ko fushi. Babu mummunan halaye da kalmomi mara kyau.

Tare, God da mutanensa sunyi tafiya da tattaunawa a cikin lambun lokacin da maraice yayi sanyi.

Komai ya kasance cikakke.

Wannan shi ne abin da God ya yi a farkon - ga mutanen da yake ƙauna.
Farawa 2:8 Ubangiji God ya dasa gona a gabashin Aidan. A nan ya sa mutumin da ya halitta. 9 Kuma daga ƙasa sanya Ubangiji God ya tsiro kowane itace mai kyau ga gani, mai kyau ga abinci; Itace mai rai kuma a tsakiyar gonar, da itacen sanin nagarta da mugunta.

MENENE kyalan kada?

KADA KA ci daga itacen sanin nagarta da mugunta.
Tawaye, rashin biyayya, son kai, maƙaryaci, shudewa, zargi, kunya, rashin yarda, tuhuma, da yawan zunubi sun tayar don wanan kada "God" ya ba Adamu da Hauwa'u. Tabbas ba mu bukata kuskuri da dokoki da yawa don tayar da yanayin zunubinmu, da gaske ba mu son a gaya mana abin da za mu yi kuma muna ƙaunar "**yin namu abubuwan namu**" maimakon hanyar God.

Farawa 2:16 Ubangiji God ya umarci mutumin, ya ce, "Daga kowane itace na gona za ku iya ci da kyau, 17 amma daga itacen sanin nagarta da mugunta, ba za ku ci shi ba, gama a ranar da ku ci daga ciki lalle za ku mutu.

WANE NE maƙiyan God ɗaya?

God yana da abokin gaba guda, yana da mugunta kuma yana ƙin God kuma yana ƙin mutanensa. Ba ya son God ya sami mutanen da za su ƙaunace Shi. Wannan maƙiyin zai yi komai a cikin ikonsa na mugunta don dakatar da shirin God. Sunan maƙiyin nan Shaiɗan ne ko Iblis. Ya zo gonar Aidan ne cikin kamannin maciji don ya ba da shawarwari a zuciyar Adamu da Hauwa'u. Kayan aikinsa sun karkatar da gaskiya, ya zargi God, ya ruɗi Hauwa'u da yin arya. Nufinsa shine sata, kashe da kuma lalata.

Farawa 3:1 Yanzu macijin ya fi dabara da aka fi kowace dabba da Ubangiji God ya yi. Ya kuma ce wa matar, "Ko God ya ce, 'Ba za ku ci daga kowane itacen da yake a gonar ba?' 2 Matar kuwa ta ce wa macijin, "Za mu iya ci daga cikin 'ya'yan itacen da yake a gonar: 3 Amma daga' ya'yan itacen da yake tsakiyar gonar, God ya ce, 'Ba za ku ci shi ba. Kada ku taɓa shi, har ku mutu. 4 Kuma maciji ya ce wa matar, Ba lallai za ku mutu ba: 5 Gama God ya san cewa a ranar da kuka ci shi, to idanuwanku za su buɗe, kuma za ku zama kamar alloli, sanin nagarta da mugunta. 6 Kuma a lokacin da matar ta ga cewa itacen kyau ga abinci, kuma yana da kyau wa idanu, da wata itaciya da ake so yin daya mai hikima, ta dauki 'ya'yan itacen daga gare ta, kuma ta ci, kuma ya ba ma ta miji tare da ita; kuma ya ci. 7 Idanun su biyu suka buɗe, suka kuma gane tsirara suke; Suka yi ganyayen ɓaure da ganyaye, suka yi wa kansu kawuna. 8 Sai suka ji muryar Ubangiji God yana yawo a gonar da sanyin la'asariya: Adam da matarsa kuwa suka ɓoye a gaban Ubangiji God a cikin itatuwan gonar. 9 Ubangiji God kuma ya kira Adamu, ya ce masa, Ina kake? 10 Sai ya ce, Na ji muryarka a gonar, na kuwa ji tsoro, domin tsirara nake; Ni kuwa na ɓoye kaina. 11 Ya ce, "Wa ya faɗa maka tsirara kake? Ko ka ci daga cikin itacen da na ce kada ka ci ne?" 12 Mutumin ya ce, Matar da kika ba ta ta kasance tare da ni, ita ce ta ba ni daga itacen, ni kuwa na ci. 13 Ubangiji God kuma ya ce wa matar, "Mene ne wannan da kuka yi? Matar ta ce, Macijin ne ya yaudare ni, na kuwa ci.

Zunubi Daya Daya Sakamakon

Adamu da Hauwa'u sun sha wahala da yawa sakamakon ko kuma "sakamakon" zunubin da suka yi.

Farawa 3:16 Ga matar, ya ce wa matar, "Zan yi baƙin ciki da zurfinki. cikin baƙin ciki za ku haifi 'ya'ya. sha'awarka za ta kasance a wurin mijinki, shi kuma zai mallake ka. 17 Ga Adamu kuma ya ce, "Domin ka saurari muryar matarka, har ka ci daga cikin itacen da na dokace ka, 'ba za ku ci daga ciki ba. La'ananne ne ƙasa saboda ku. A cikin baƙin ciki za ku ci shi muddin rayuwarku. 18 rnsayayuwa da sarƙaƙƙiya za ta ba ka; Za ku ci ganyayen saurar. 19 A zatinka za ka ci abinci, har ka koma ƙasa. gama daga cikinta aka kawo ku, gama turɓaya ne ku, zuwa turɓaya ne ku koma. "

Mutum bai sake yin magana ba ko magana da God. Masifa da matsaloli sun fito daga kowane bangare. Duniya ta zama wurin mummuna wurin zama - saboda zunubi.

God ya gaya masu duk waɗannan abubuwan zasu faru idan suka yi rashin biyayya ga "ayansa 'kada'. Waɗannan abubuwa ana kiransu "Mutuwa".

'YAN maza maza suna haihuwar su da halin yin zunubi **... yana cikin DNA ɗinmu.**

Romawa 5:12 Saboda haka, kamar yadda zunubi ya shigo duniya ta wurin mutum ɗaya, mutuwa kuwa ta zunubi. Don haka mutuwa ta hau kan dukkan mutane, gama dukansu sun yi zunubi.

Mutane sun rasa halayen "God ya hura musu", sun rasa ikon kirkira ko zabi abinda ya dace kuma sun zama bayin zunubi. Har yanzu dai mutane sun rabu da God wanda ya sanya su yin tarayya da shi. Iblis yana yaudarar mutane har yanzu kuma ya arya ta wanda har yanzu yake sa zunubi ya zama abin sha'awa kuma yana ɗora wa God baya "riƙe mu".

INA FASAHA?

Tsarin God ya fi ƙarfinmu da rashin biyayya, Ya fi Iblis da ya yi ɓarna. Shirin God ya fi Zunubi ƙarfi. Fatawarmu ta nuna maki mai ceto, mafita, gyarawar dangantakarmu da ta lalace.

Rayuwar dan God da mutuwarsa zai dawo da mutum cikin madaidaiciyar alaqa da God Uba idan muka karbi yesu, shirin God, kuma ya sake - zama jama'arsa mu kuma bar shi ya zama Godnmu.

God YANA SONKA KA zamo Daya Daga cikin Mutanensa.

God yana ƙaunarku kuma yana son ku san shi kuma ku koyi hanyoyinsa. Zai cece ku daga qarya na shaidan da kuma kangin zunubi. God yana so ya maido muku da halayensa na musamman waɗanda ya bai wa Adamu. God yana so ya dawo da ku cikin "surar God". Za ku sake zama ɗaya daga cikin mutanensa, zai kuwa zama Godnku. Zaka koyi sanin shi, tafiya tare dashi da magana dashi.

BITA: ME YASA GOD YA HALICCI MUTANE?

1. God yayi mutane saboda:
a. Ya kasance shi kadai
b. Ya rasa wanda zai kaunace shi
c. Ya so mutanen da za su za i su kasance tare da shi har abada
d. Mala'ikun basu sami biyan bukatunsa na kauna ba

2. Ta yaya God ya halicci mutane?
a. Yayi Magana ga mutum
b. Ya halitta mutum daga turɓāya
c. Ya ba mala'iku jikin mutane
d. Ya sa su canzawa daga ƙananan sifofin rayuwa

3. Yin halitta a surar God yana nufin:
a. Muna da 'yancin zavi wanda ya zabi yadda yake
b. Muna da ikon halitta kamar yadda yake yi

4. Wace manufa ce Shaiɗan ya yi sa'ad da ya ruɗi Hauwa'u?
a. Don sata dangantarta da God
b. Don rushe shirin God ga mutum
c. Ka ware mutum daga God
d. Duk na sama

5. Menene sakamakon zunubin mutum
a. An haifi mutum ne da halin zunubi
b. Mutum ya zama bawan zunubi
c. Duniyar da aka kirkira kyakkyawa ta zama wuri mai wahala wurin zama
d. Duk na sama

6. Wane bege ne ga mutum?
a. Ta hanyar karɓar Godan God a matsayin mai cetonmu kuma zamu iya zama mutanensa kuma
b. Idan muka yi iya ƙoƙarinmu kuma mu rayu daidai God zai sake yarda da mu
c. Idan muka yi duk abubuwan da suka dace muna iya samun abokansa
d. Ta hanyar karantawa da bin littafi mai tsarki har iyawarmu

Fasali 4

MENENE ZUNUBI?

Ishaya 59: 2 Amma laifofinku (zunubanku) sun rabu tsakanin ku da Godnku, zunubanku kuma sun ɓoye fuskarsa daga gare ku, cewa ba zai ji ba. Littattafai suna gaya mana cewa zunubi ya raba mu da God.

A cikin duniyarmu a yau da yawa ba sa son fuskantar zunubi, suna so su yi tunanin cewa abin da muke yi daidai ne kuma ba sa son canjawa. Amma tunda Godn Ibrahim, Ishaku da Yakubu sun ce zunubi ya raba mu da shi, dole ne mu nemi fuskarsa game da abin da Ya faɗi zunubi ne kuma mu aikata abin da ya ce ya kamata mu yi game da shi. Daga nan za mu ga fuskarsa mu ji maganarsa.

Yi nazarin maganganun da tambayoyin da ke ƙasa kuma God ya ba ka damar nuna maka abin da ya kira zunubi, yadda ya ce zai shafe ka kuma abin da ya kamata mu yi game da zunubi.

Zunubi na aikata abin da ba a halitta mu ba mu aikata: Shin abin da nake yi zunubi ne? Yi wa kanka waɗannan tambayoyin:

- Shin yana sa ku tsufa da sauri?
- Shin yana sa ku rashin lafiya ko marasa lafiya?
- Shin dole ne ku baratar dashi? Ko kuma koyaushe ka gaya wa kanka hakan daidai ne?
- Kun ji mai laifi a lokacin da kuka fara aikata shi?
- Dole ne ku nisanta kanku da aikata shi da yawa?
- Shin zunubi ne?

Romawa 6:23 Gama sakamakon zunubi mutuwa ne; amma baiwar God ita ce rai madawwami ta wurin Yesu Almasihu Ubangijinmu.

MENE NE God ya kira zunubi?

Dokoki 10

Fitowa 20: 1 Kuma God ya faɗi duk waɗannan kalmomin, ya ce,

2 Ni ne Ubangiji Godnka wanda ya fisshe ka daga ƙasar Masar, daga gidan bauta.

3 "Kada ku kasance da waɗansu gumaka.

4 "Kada ka yi wa kanka gunki, ko wata siffa ta wani abu a sama a bisa, ko a duniya a ƙasa, ko kuma a cikin ruwa a ƙarƙashin ƙasa:

Menene Zunubi?

5 Kada ku rusuna wa kanku, kada kuma ku bauta musu, gama ni Ubangiji Godnku, God mai kishi ne, in hukunta mugunta ga iyayenku, har zuwa tsara ta uku da ta huɗu waɗanda suka ƙi ni.

6 Kuma nuna jinƙai ga dubban waɗanda suke ƙaunata, kuma suna kiyaye dokokina.

7 "Kada ka ambaci sunan Ubangiji Godnka a banza. Gama Ubangiji ba zai kuɓutar da wanda yake rantsewa da sunansa a banza ba.

8 Ku tuna da ranar Asabaci, don ku tsarkake ta. 9 Kwana shida za ku yi aiki, ku kuma aikata ayyukanku.

10 Amma rana ta bakwai ranar hutu ce ta Ubangiji Godnku, a cikinta ba za ku yi kowane aiki ba, kai ko ɗanka, ko 'yarka, bawanka, ko barorinka, ko dabbobinka, ko barorinka. Baƙon da yake zaune a cikin ƙofofinku:

Gama a cikin kwana shida Ubangiji ya yi sama, da duniya, da teku, da abin da yake cikinsu, amma ya huta rana ta bakwai. Saboda haka, Ubangiji ya albarkaci ranar Asabar, ya kuma tsarkake ta.

12 "Ka girmama mahaifinka da mahaifiyarka. Domin kwanakinka su yi tsawo a ƙasar da Ubangiji Godnka yake ba ka.

13 "Kada ka yi kisankai.

14 "Kada ka yi zina.

15 "Kada ka yi sata.

16 "Kada ka yi shaidar zur a kan maƙwabcinka.

17 "Kada ka yi ƙyashin gidan maƙwabcinka, ko ka yi ƙyashin matar maƙwabcinka, ko bawan sa, ko barorinsa mata, ko sansa, ko jakinsa, ko kowane abin da yake na maƙwabcinka."

Zunubi na raba mu da God. God yana so ya komar da mu zuwa ga alaƙar da ya yi tare da mu a farkon a cikin Lambun Adnin.
Matta 6:24 "Ba wanda zai iya bauta wa iyaye biyu; gama ko

dai ya ƙi ɗaya, ya so ɗaya, ko kuwa ya amince wa ɗayan, ya raina ɗayan. Ba ku iya bauta wa God da mammon.

Littafin Kidaya 15:37 Sai Ubangiji ya yi magana da Musa, ya ce, 38 Ka yi magana da 'ya'yan Isra'ila, ka umarce su da cewa su sanya madaidaiciya a kan iyakar tufafinsu a zamaninsu, har ma sun sa iyakokin kan iyaka. haƙarƙari mai shuɗi: 39 Hakan zai zama muku aya don ku lura da shi, ku tuna dukan dokokin Ubangiji, ku aikata su. Kada kuma ku nemi zuciyarku da tunaninku, ta yadda za ku yi karuwanci, 40 domin ku tuna, ku aikata dukan umarnaina, ku zama tsarkakakku ga Godnku. 41 Ni ne Ubangiji Godnku wanda ya fisshe ku daga ƙasar Masar don in zama Godnku. Ni ne Ubangiji Godnku.

MENENE ya kamata mu yi game da SIN?

- Guji zunubi.
- Mika wuya ga God.
- Guji shaidan.
- Kusantar da God.
- Tsaftace hannuwanku.
- Tsarkake zukatanku.
- Yanke tunanin ki.
- Tuba daga zunubi.
- kaskantar da kanku a gaban God.
- Guji zunubi.

1 Korinthiyawa 6:18 Ku gudu da fasikanci. Duk zunubin da mutum yayi shi ba tare da jiki ba; amma mai yin zina yayi zunubi a jikin sa.

Mika wuya ga God. Submitaddamarwa: Baiwa ga hikimar God da shugabanci.

Yakubu 4: 7 Saboda haka mika wuya ga God. Ku yi tsayayya da shaidan, zai kuwa guje muku. 8 Ku kusaci God kuma zai kusace ku. Ku tsarkake hannuwanku, ku masu zunubi! kuma ku tsarkake zukatanku, ku masu tunani biyu. 9 Ku yi kuka da baƙin ciki, ku yi kuka! Ku juyar da dariya ga baƙin ciki, farin cikinku kuma ya zama duhu. 10 Ku ƙasƙantar da kanku a gaban Ubangiji, zai kuwa ɗaukaka ku.

MENE NE muke yi idan muka SAN?

Dole ne mu kalli zunubanmu yadda God yake gani; ba za mu iya ba da uzuri ba. Dole ne mu tuba.

Menene Tuba?

Tuba yana kallon zunubin da muka aikata ... hanyar God. Idan muka yi hakan, sai mu zama masu nadama game da abin da muka aikata kuma mun juya baya ga hakan. Wani lokaci ... dole ne mu gudu daga gare ta.

2 Korantiyawa 7:10 (NLV) Bacin rai da God yayi amfani da ita yana sanya mutane yin nadama game da zunubansu kuma yana kai su ga barin juyawa daga zunubi domin su sami ceto daga hukuncin zunubi. Ya kamata mu yi farin ciki da irin wannan baƙin ciki, amma baƙin cikin wannan duniya yana kawo mutuwa.

Abun nadama dan Adam ba tuba bane

Ibraniyawa 12:16 Kada a sami mai fasikanci, ko mai fasikanci, kamar Isuwa, wanda cin abinci ɗaya ne ya sayar da maṭsayinsa na ɗan fari. 17 Don kun san yadda daga baya, lokacin da zai gaji albarka, aka ƙi shi, gama bai sami wurin tuba ba, ko da yake ya yi ta nemo shi da hawaye.

IN BAMU da karfi muyi zunubi fa?

Dalilin da yasa God ya aiko da makaɗaicin ,ansa, Yesu don ya mutu akan gicciye domin mu NE MUNARA rauni ga zunubi. Sabon tsarin sake haifuwa da gaske yana haifar da sabuwar dabi'a a cikinmu kuma ta wannan yanayin God yana bamu iko akan zunubi. Wannan yardar God ce.

Matta 5:6 Albarka ta tabbata ga waɗanda ke fama da ƙishirwa ga adalci, Gama za a ƙosar da su.

Matta 5:8 Albarka ta tabbata ga masu tsarkakakkiyar zuciya, Gama za su ga God.

God zaiyi aiki da wadanda zasuyi aiki tare dashi.

Luka 12:32 Kada ku ji tsoro, ƙaramin garke; Ai, kyakkyawan Ubanku ne ya ba ku Mulkin.

Filibiyawa 2:12 Don haka, ya ƙaunataccena, kamar yadda kuka yi biyayya a koyaushe, ba kamar a gabana kaɗai ba, amma yanzu fi ƙarfina a ɓace, fitar da cetonku da tsoro da rawar jiki. 13 Domin God shi ne mai aiki a zuciyarku, ku nufi ga abin da yake kyakkyawan nufinsa, ku kuma aikata shi.

Ishaya 26:12 Ya Ubangiji, za ka tabbatar mana da salama, Gama kai ka cika ayyukanmu a cikinmu. 13 Ya Ubangiji Godnmu, waɗansu sun mallake ka, sun mallake mu, amma kai kaɗai ne kaɗai za mu ambaci sunanka. Sun mutu, ba za su rayu ba. Sun mutu, ba za su tashi ba, don haka ne ka sa aka lalatar da su, Ka sa tunaninsu ya lalace.

MENE NE Littafi Mai Tsarki ya kira zunubi?

Galatiyawa 5:19 Yanzu ayyukan jiki sun bayyana, waɗancan sune; Zina, fasikanci, kazanta, sihiri, 20 bautar gumaka, maita, ƙiyayya, bambanci, kwaikwayo, fushi, jayayya, ƙi, 21 hassada, kisan kai, bugu, tsinkaye, da makamantansu: game da abin da na faɗa muku a baya, kamar yadda na Na gaya muku tun da wuri, cewa waɗanda suke yin irin waɗannan abubuwan ba za su sami gado a hannun God ba.

Amintaccen Littafi Mai Tsarki

Galatiyawa 5:19 Yanzu ayyukan aikatawa) na jiki a bayyane suke): sune fasikanci, ƙazanta, alfasha, 20 bautar gumaka, sihiri, ƙiyayya, jayayya, kishi, zafin fushi), son kai, rarrabuwa rarrabuwa), ƙungiyoyin ruhu), rukunoni tare da ra'ayoyi da suka bambanta, karkatacciyar koyarwa), 21 Kishi, shaye- shaye, sakaci, da makamantansu. Ina yi muku gargaɗi tun da farko, kamar dai yadda na gabata, cewa masu yin irin waɗannan abubuwan ba za su gaji mulkin God ba. Amintaccen Littafi Mai Tsarki (AMP)

SIN shima baya yin sa abin da aka halitta mu muke yi

A rayuwarmu, God yana ba mu umarni da umarni da za mu bi. Wannan don namu ne. Yana nufin sanya mu cikin mutumin da ya halicce mu mu zama. Hakanan don amfanin wasu ne. Idan bamuyi

biyayya da God ba zunubi.

Karanta Misalan gan matan Marayu da marasa hikima a cikin Matta 25:1-13

Kubawar Shari'a 30:20 Domin ku ƙaunaci Ubangiji Godnku, ku yi biyayya da maganarsa, ku manne masa, gama shi ne ranku, tsawon rayuwarku kuma za ku rayu. A ƙasar da Ubangiji ya rantse wa kakanninku, da Ibrahim, da Ishaku, da Yakubu, ya ba su.

Yunana 1:1 Yanzu maganar Ubangiji ta faɗa wa Yunusa ɗan Amittai, yana cewa, 2 Tashi, ka tafi Nineba, babban garin nan, ka yi gāba da ita. Gama muguntarmu ta hau a gabana. 3 Amma Yunusa ya tashi don ya tsere wa Ubangiji zuwa Tarshish, ya gangara zuwa Yafa. Ya sami jirgin ruwa yana tafe zuwa Tarshish, don haka ya biya kuɗin jirgin, ya gangara zuwa ciki don ya tafi tare da su zuwa Tarshish a gaban Ubangiji.

BITA: MENENE ZUNUBI?

1. Zunubi na yin abin da aka halitta mu yayi.
a. Gaskiya ne
b. Karya

2. Zunubi na aikata abinda bamu halitta ba. Zunubi zai sa mu kasance _____ ko mara lafiya.

3. Kada ku kasance da _____ wani _____ _____, ko kowane _____ wanda yake a sama ko kasan ko abin da yake cikin ruwa ko ƙasa.

4. Kada ku dauki _____ na Ubangiji _____ a banza; gama Ubangiji ba zai riƙe shi _____ wanda ya kama sunansa a _____ ba.

5. "Kuma zai kasance muku daidai lokacin da za ku zartar da shi, da _____ _____ dokokin Ubangiji, da _____ _____; kuma ku kasance _____ _____ bayan zuciyar ku _____ da idanunku, bayan abin da kuka yi amfani da don zuwa karuwa:"

6. Dole ne mu guje wa zunubi.

a. Gaskiya ne
b. Ƙarya

7. Yakamata mu kasance a gefen shaidan.
a. Gaskiya ne
b. Ƙarya

8. Dole ne mu kusanci God.
a. Gaskiya ne
b. Ƙarya

9. Ya kamata mu tsayayya da shaiɗan.
a. Gaskiya ne
b. Ƙarya

10. Yakamata muyi biyayya ko biyayya ga hikimar God da kuma shiryuwarsa.
a. Gaskiya ne
b. Ƙarya

11. Me ba tuba ba?
a. Ka ƙasƙantar da kanka a gaban Ubangiji
b. juya daga zunubi
c. mutum nadama
d. mai neman gafarar Ubangiji

12. Abin da Littafi Mai-Tsarki ya kira zunubi: "Yanzu ayyukan jiki sun bayyana, waɗanne ne waɗannan; Zina, _____, ƙazanta, _____, bautar gumaka, maita, _____, bambanci, kwaikwayo, _____, _____, fitina, zina, _____, kisan kai, _____, tsayayya, da makamantan su: na wanda na fada muku a baya, kamar yadda na kuma fada muku a da, cewa wadanda _____ _____ _____ mulkin God ba.."

13. Zunubi kuma baya yin abinda muke kasance _____ muyi.

14. Tuba ita ce:
a. gudu daga zunubi
b. muna yin nadama kan abin da muka yi, kuma mun juya baya ga barinta
c. mun yi watsi da gyaran kuma muka ci gaba da yin zunubi
d. 1 da 2 shine yadda muke tuba

Fasali 5

WANENE YESU?

Yanzu mun fahimci hakan **zunubi yana raba mu da God.** Duk munyi zunubi kuma yanzu me zamu iya yi? Wannan rabuwa tana da gaske.

Wani lokaci muna jin rabuwa kuma cewa dole ne mu ci gaba tafiya don neman God. Muna bukatar wani abin da zai faru domin mu iya komawa zuwa ga wannan dangantakar tare da wannan Inaƙwalwar Rashin Ciki, God na Ibrahim, Ishaku da Yakubu.

Yi nazarin maganganun da tambayoyin da ke ƙasa kuma bada izinin Yesu ya bayyana kansa gareka.

Me yasa muka rabu da God?

God, Mahaliccin duniya
  Ka yi hulɗa da Adam da Hauwa'u a cikin Lamura
Adam yayi zunubi.
  Zunubin Adamu ya raba shi da zuriyarsa daga God. *Don haka mai sauƙi amma duk da haka yana da ban mamaki.*
  Farawa 3:23 Saboda haka Ubangiji God ya aiko shi (Adamu) daga gonar Aidan, zuwa ƙasa daga inda aka ɗauke shi. 24 Don haka ya kori mutumin. Ya kuma sa gabas, gonar Aidan, da kerubobi, da kuma takobi mai harshen wuta wanda yake jujjuyawa ko'ina don kiyaye hanyar itaciyar.
  An la'anta Adamu da Hauwa'u kuma kaɗai.
  Ya kashe rai da zubar da jini domin a gafarta zunubanmu. God ya kira wannan hadaya.
  Littafin Firistoci 4:35 Zai kwashe kitsen duka kamar yadda akan kwashe kitsen ɗan ragon hadaya ta salama. Firist ɗin zai ƙone su a bisa bagaden, kamar hadaya ta ƙonawa ga Ubangiji, firist kuwa zai yi kafara saboda zunubin da ya yi, za a kuwa gafarta masa.
  Addinai da yawa a duniya suna da bukukuwan da suka haɗa da hadayar zubar da jini don gafarta zunubanmu. Abin mamaki ne cewa mutanen da basu taba jin labarin wannan God ba, sun san cewa zunuban mu sun raba mu da wani abu.

Wanene Yesu?

Yesu ne dan God
  Yahaya 3:16 Gama God yayi ƙaunar duniya, har ya ba da makaɗaicin Sonansa, domin duk wanda ya gaskata da shi kada ya lalace, amma ya sami rai na har abada.

Yesu ne Emmanuel - God a Duniya Matta 1:23 Ga shi, budurwa za ta yi juna biyu, za ta haifi ɗa, za su raɗa masa suna Emmanuel, wanda ake fassara shi ne, God yana tare da mu.

Yesu ya zama Man don Cutar da mutum
Matta 1:21 "Za ta haifi ɗa, za ku raɗa masa suna Yesu, gama zai ceci mutanensa daga zunubansu."

God ya aiko Yesu ya zama "**Ultarshen hadaya.**"

Yesu ya zama Hadaya don Zunuban mu
Yahaya 1:29 Kashegari Yahaya ya ga Yesu na nufo shi, sai ya ce, Ga Beholdan Rago na God, wanda zai ɗauke zunubin duniya.

Za a yi hadayu don zunubin mutum sau ɗaya a shekara. Yesu shine Babban Hadaya domin lokacin da ya mutu akan giciye ba wani sauran bukatar da ake bukata. Yesu ba kawai yana wanke zunubanmu ba amma yana tsarkake mu daga dukkan abubuwan da suka gabata, na yanzu da wadanda zasu zo nan gaba kuma yana aiki cikin zukatanmu domin bazamu cigaba da rayuwa cikin zunubi ba.

1Yohanna 1: 7 Amma idan muna tafiya cikin haske, kamar yadda yake cikin haske, muna da zumunci da juna, kuma jinin Yesu Kristi hisansa na tsarkake mu daga dukkan zunubi.

YESU ya komar da mu wurin Uba.

Yahaya 20:17 Yesu ya ce mata, ku taɓa ni; Domin ni ban hau zuwa wurin Ubana ba tukuna, amma je wurin 'yan'uwana, ka ce musu, ina hawa wurin Ubana kuma Ubanku. da kuma zuwa Godna, kuma Godnku.

Hadayar Yesu ta makesarshe ta sa ya zama mai cetonmu
Matiyu 1:21 "Za ta haifi ɗa, za ku raɗa masa suna Yesu, gama zai ceci mutanensa daga zunubansu."

Yahaya 1:1 Tun fil'azal akwai Kalma, Kalman nan kuwa tare da God yake, Kalman nan kuwa God ne. 2 Shi ne tun fil'azal yake tare da God. 3 Dukkan abubuwa sun kasance tare da shi.

kuma ba tare da shi ba wani abin da aka yi da aka yi. 4 A gare shi ne rai; Shi ne tushen mutane. 5 Haske na haskakawa cikin duhu; duhun kuwa bai rinjaye shi ba. 6 Akwai wani mutum da God ya aiko, mai suna Yahaya. Shi fa ya zo shaida ne, domin ya shaidi hasken, kowa y through ba da gaskiya ta hanyarsa. 8Ba shi ne hasken ba, ya zo ne domin ya shaidi hasken. 9 Akwai hakikanin haske mai shigowa duniya da ke haskaka kowane mutum. 10 Yana cikin duniya, duniyar ta wurinsa ta kasance, duk da haka duniya ba ta san shi ba. Ya zo ga abin mulkinsa ne, jama'a tasa kuwa ba ta karɓe shi ba. 12 Amma da yawa kamar yadda aka masa, a gare su ya ba da ikon zama 'ya'yan God, har ma a gare su cewa yi imani da sunansa: 13 Wadanda aka haife, ba na jini, ko na nufin na jiki, ko na nufin. na mutum, amma na God. 14 Kalman nan kuwa ya zama mutum, ya zauna a cikinmu, yana mai matuƙar alheri da gaskiya. Mun kuma dubi ɗaukakarsa, ɗaukaka ce ta makaɗaicin begottena daga wurin Uba, cike da alheri da gaskiya.

BITA: WANENE YESU?

1. Yesu shine _____ na God.

2. Yesu ne Emmanuel - God a kan _____.

3. Yesu ya zama _____ zuwa _____ mutum.

4. God ya aiko Yesu ya zama "_____ hadayar dominmu _____."

5. Amma idan muka kasance _____ a cikin haske, kamar yadda _____ ke cikin haske, muna da _____ juna da juna, da _____ Yesu Kristi hisansa _____ mana daga dukkan zunubi.

6. Hadayar Yesu ta ƙarshe ya maida shi _____.

7. Amma duk wadanda suka karbe shi, ba su _____ ya zama _____ na God ba, har ma ya basu _____ akan sunansa:

8. Kuma kalmar ta kasance _____, ya zauna tare da mu, (muka duba ɗaukakarsa, ɗaukaka ce ta makaɗaicin ɗa daga wurin Uba), cike da alheri da gaskiya.

Fasali 6

MENENE TUBA?

Yanzu mun fahimci muna da matsala. Zunubi ya raba mu da God. God na Ibrahim, Ishaku da Yakubu ya aiko da Sonansa ya zama Hadayarmu ta ƙarshe.

Ta yaya zamu isa inda God yake kai mu?

Study the statements and questions below and allow Jesus to show you the path to God.

MENENE matsalar?

Farawa 3:22 Sai Ubangiji God ya ce, "Ga shi, mutum ya zama kamar ɗaya daga cikinmu, don ya san nagarta da mugunta, yanzu kuma kada ya miƙa hannunsa ya karɓi itacen rai, ya ci, ya kuma ci. rayuwa har abada: 23 Saboda haka Ubangiji God ya aiko shi daga gonar Aidan, zuwa ƙasa daga inda aka ɗauke shi. 24 Don haka ya kori mutumin. Ya kuma sa gabas, gonar Aidan, kusa da gonar Aidan, da takobi mai harshen wuta wanda yake jujjuyawa ko'ina don kiyaye hanyar itaciyar.

Rom 3:23 Gama duka sun yi zunubi, sun kasa kuma ga ɗaukakar God.

Romawa 5:12 Don haka, kamar yadda zunubi ya shigo duniya ta dalilin mutum ɗaya, zunubi kuwa shi ya jawo shi cikin zunubi. Don haka mutuwa ta hau kan dukkan mutane, gama dukansu sun yi zunubi.

MENE Magani?

Tuba - Yahaya maibaftisma ya zo ya shirya duniya domin Yesu:
 Ayyukan Manzanni 19:4 Sai Bulus ya ce, Yahaya ya yi baftisma da baftismar tuba, yana ce wa mutane, cewa su yi imani da shi wanda zai zo daga bayansa, wato, a kan Almasihu Yesu.

'Yan Adam ba tuba bane

2 Korantiyawa 7:10 (NLV) Bacin rai da God yayi amfani da ita yana sanya mutane yin nadama game da zunubansu kuma yana kai su ga barin juyawa daga zunubi domin su sami ceto daga hukuncin zunubi. Ya kamata mu yi farin ciki da wannan baƙin ciki, amma baƙin cikin wannan duniya yana kawo mutuwa ..
 Misalin nadama ba tare da tuba ba:
 Matta 27: 3 Sai Yahuza, wanda ya ci amanar shi, da ya ga an

yanke masa hukunci, ya tuba da kansa, ya kuma sake kawo azurfa talatin ɗin ga manyan firistoci da shugabanni, 4 yana cewa, Na yi zunubi a cikin na ci amanar jinin marasa laifi. Suka ce, "Me ke gare mu?" Ka lura sosai! 5 Sai ya watsar da kuɗin azurfan nan a Haikali, ya tafi ya je ya rataye kansa.

Ibraniyawa 12:16 Kada a sami mai fasikanci, ko mai fasikanci, kamar Isuwa, wanda cin abinci ɗaya ne ya sayar da matsayinsa na ɗan fari. 17 Don kun san yadda daga baya, lokacin da zai gaji albarka, aka ƙi shi, gama bai sami wurin tuba ba, ko da yake ya yi ta nemo shi da hawaye.

God SADAUKARWA – Baƙin ciki na ibada yana haifar da yin wani abu game da lamarin.

Matta 21:29 Ya amsa ya ce, Ba zan yi ba; amma daga baya ya tuba, ya tafi. 30 Ya zo wurin na biyun, ya faɗi daidai. Ya amsa, ya ce, 'In tafi, ya shugabana,' bai tafi ba. 31 Shin wanene ya yi nufin mahaifinsa? Sai suka ce masa, Na farko ...

2 Korintiyawa 7:10 (NLV) 10 Bacin rai da God yayi amfani da shi yana sanya mutane yin nadama game da zunubansu kuma yana kai su ga barin juyawa daga zunubi domin su sami ceto daga hukuncin zunubi. Ya kamata mu yi farin ciki da irin wannan baƙin ciki, amma baƙin cikin wannan duniya yana kawo mutuwa. 11 Ku lura da yadda wannan baƙin ciki da God ya baku izinin zama a cikinku. Kun yi marmarin kuɓuta daga wannan laifin da na rubuta. Kun yi fushi game da shi. Kun ji tsoro. Kuna so kuyi wani abu game da shi. Ta kowane hanya kuka yi iya ƙoƙarinku don ganin ya yi daidai.

Matta 5:6 Albarka ta tabbata ga waɗanda ke fama da ƙishirwa ga adalci, Gama za a ƙosar da su.

Matta 5: 8 Albarka ta tabbata ga masu tsarkakakkiyar zuciya, Gama za su ga God.

Shin kuna da wani abu da zaku so ku tuba daga? Shin kun tambayi Yesu thearshen hadaya don shiga cikin zuciyar ku ya baku sabuwar rayuwa? Shin kun sami kanku kuna watsi da zunubi kuna aikata abin da kuke ganin daidai ne, ba kwa neman abin da God na Ibrahim da Ishaku da Yakubu ya faɗi daidai ne? Wataƙila kuna son yin addu'a kuma ku nemi gafarar sa kuma ku fara sabon rai a yanzu.

Idan wannan ya bayyana abin da kake ji a zuciyarka yanzunnan, kaje wurin "ABIN DA ZA MU CIKA" karanta takaitaccen babi, yi addu'a ga God da bayyana dukkan zunubanku gare Shi, rokon sa ya gafarta maka, rokon sa sabuwar rayuwa a gare Shi. Nemi wani mai bi da zai iya taimaka maka yayin da kake tafiya cikin wannan sabuwar tafiya.

BITA: MENENE TUBA?

1. Gama duka suna da _____ kuma sun zo _____ na _____ na God.

2. Ta yaya zamu isa inda God yake so ya kai mu?
a. ta hanyar kokarin dakatar da aikata abin da yake nisantamu da God
b. ta hanyar ba da abinci ga matsuguni marasa matsuguni
c. ta hanyar zuwa coci sau biyu a mako
d. ta hanyar tuba daga abin da ya raba mu (zunubin mu) daga God

3. Nadama dan Adam daidai ne da tuba daga zunubanmu, ta kubutar damu daga hukuncin zunubi.
a. Gaskiya ne
b. Karya

4. Nasiha da God _____ take kaiwa zuwa _____ wani abu game da lamarin.

5. "Ya amsa ya ce, Ba zan yi ba; amma daga baya ya _____, ya tafi."

6. "Masu farin ciki ne _____a zuciya, domin zasu kasance _____ God."

7. Shin kun sami kanku _____ zunubi kuna yin abin da _____ _____ ke daidai kuma bawai kallon abinda _____ na Ibrahim, Ishaku da Yakubu suke cewa ba ne _____? Watakila kuna so _____ ku tambaye shi don _____ kuma ku fara wannan _____ a yanzu.

Fasali 7

MENENE CETO?

Ceto - kyautar da ke zuwa ta wurin karɓar Yesu Kiristi ne "Maɗaukaki" wanda ya dawo da mu wurin Uba, a kan wanda aka halitta mu ya zama kuma ya kawo mu wurin da muke rayuwa har abada tare da Mahaliccinmu.

Ceto yana farawa tare da mu. God ya riga ya bayar da Kyautar, Yesu ya rigaya ya mutu kuma ya tashi, yanzu ya rage gare mu. Me za mu yi da wannan kyautar?

Yi nazarin maganganun da tambayoyin da ke ƙasa kuma God ya ba da damar bayyana kyautar Ceto ta a gare ku.

ME YA SA muke buƙatar Ceto?

God, Mahaliccin halittu -
Tafiya tare da Adamu da Hauwa'u a cikin Lambun. Adamu yayi zunubi.

Zunubin Adamu ya raba shi da zuriyarsa daga God.

Farawa 3:24 Don haka sai ya kori mutumin. Ya kuma sa gabas, gonar Aidan, kusa da gonar Aidan, da takobi mai harshen wuta wanda yake jujjuyawa ko'ina don kiyaye hanyar itaciyar.

Ezekiyel 36:17: manan mutum, lokacin da mutanen Isra'ila suka zauna a ƙasarsu, sun ƙazantar da shi ta hanyar su da aikinsu: hanyar su ta kasance a gabana kamar ƙazamar mace ce da aka cire.

ABIN yakan faru yayin Ceto?

Lokacin da Yesu ya mutu akan gicciye, ya ɗauki zunubin cikin kabari, ya tafi dama zuwa jahannama, ya ɗauki maɓallan da ke raba mu da God, yanzunnan daga Shaiɗan kuma Yesu ya ci nasara a yaƙin domin kai da ni. Shi ke haka Ceto. farawa kuma yanzu ya rage gare mu mu karbe ta.

God ya bamu sabuwar rayuwa:

An samo asali daga "Sabuwar Haihuwa da Gidauniya" daga Rev. Agnes I. Numer

A cikin Ezekiyel 36 God yana faɗi game da Sabuwar haihuwar, menene waccan sabuwar haihuwa?

God ya ce, zan fitar da ku daga cikin al'ummai, in fitar da ku daga arna. Zan cire zina daga gare ku. Ya ce zan sa sabon ruhu a cikin ku. Menene ruhun? Ruhun da Adamu da Hauwa'u suke da shi kafin su yi zunubi.

Wannan shine sabon ruhu da aka sake bamu yayin da aka maimaita haihuwarmu. Menene ma'anarsa? Bawai yana nufin cewa za'a maimaita haihuwarmu cikin jiki ba, yana nufin zai sa sabon ruhu a cikinmu, sabonta, sabuwar haihuwa. Za a sake bi da mu zuwa gonar Aidan, za a dawo da su a lokacin da ba su da zunubi kuma suna da zumunci da Shi.

Ya ce zan dauke shi gaba daya daga gare ku, zan ba ku sabon ruhu kuma zan sa sabon zuciya a cikinku. Dole ya fitar da tsohuwar zuciyar kuma ya sanya sabuwar zuciya a zuciyar da take bayan God ... saboda haka, ana sake maimaita zuciyar kenan. Yana sanya sabon ruhu da sabuwar zuciya, sannan ya sanya Ruhunsa a cikinmu domin mu ji mu kuma yi masa biyayya.

Ezekiyel 36:24 Gama zan karbe ku daga cikin sauran al'umma, in tattaro ku daga dukkan ƙasashe, in kawo ku cikin ƙasarku. 25 Zan yayyafa muku tsabtataccen ruwa, zaku tsarkaka: Daga ƙazantar da ku, da dukan gumakanku zan tsarkaka. 26 Sabuwar zuciya kuma zan ba ku, kuma sabon ruhu zan sa a cikinku, in kawar da zuciyar baƙin ƙarfe daga namanku, in ba ku zuciyar nama. Zan sa ruhuna a cikinku, in sa ku bi dokokina, ku kiyaye ka'idodina, za ku kiyaye su. 28 Za ku zauna cikin ƙasar da na ba kakanninku. Za ku zama mutanena, ni kuma in zama Godnku. 29 Zan kuma cece ku daga dukan ƙazantarku, in yi kira ga alkama, in haɓaka ta, ba zan sa muku yunwar ba. 30 Zan sa 'ya'yan itacen da amfanin gona su yalwata, don haka ba za ku ƙara shan azaba saboda yunwar ba. 31 Sa'an nan za ku tuna da mugayen hanyoyinku, da ayyukanku marasa kyau, za ku kuwa yi wa kanku ƙuna saboda muguntarku da abubuwan ƙyama da kuka aikata.

2 Korantiyawa 5:17 Saboda haka, duk wanda ke cikin Almasihu, shi sabuwar halitta ne: tsofaffin al'amura sun shuɗe, Ga shi, kowane abu sabo ne.

YADDA Ceto yake farawa?

Ya rage a gare mu mu tuba daga zunubanmu kuma mu yarda da hadafinsa na ƙarshe. Yanzu zai taimakemu mu more sauran rayuwar mu gare Shi.

Romawa 10:9 Cewa idan kun yi magana da bakinku

Ubangiji Yesu, kuma ku yi imani da zuciyarka cewa God ya tashe shi daga matattu, za ku sami ceto.

Afisawa 2:8 Gama ta wurin alheri an cece ku ta wurin bangaskiya; kuma wannan ba naku bane: baiwar God ce: 9 Bawai daga ayyuka bane, kada wani yayi taƙama. 10 Gama mu aikinsa ne, wanda aka halitta cikin Almasihu Yesu domin kyawawan ayyuka, waɗanda God ya riga ya ƙaddara cewa, ya kamata mu yi tafiya a cikinsu.

Yahaya 3:15 Cewa duk wanda ya gaskata da shi kada ya lalace, amma ya sami rai na har abada. 16 Gama God yayi ƙaunar duniya har ya ba da makaɗaicin Sonansa, domin duk wanda ya gaskata da shi kada ya lalace, amma ya sami rai na har abada. 17 Gama Bautawa ya aiko hisansa cikin duniya don hukunta duniya. amma cewa duniya ta wurinsa za su sami ceto. 18 Wanda ya gaskata da shi ba a yi masa hukunci ba, amma wanda bai ba da gaskiya ba, an riga an yi masa hukunci, domin bai gaskata da sunan makaɗaicin Goɗan God ba. 19 Hukuncin kuwa shi ne, haske ya shigo duniya, amma mutane suka fi ƙaunar duhu da hasken, don ayyukansu mugaye ne. 20 Gama kowane mai aikata mugunta ba ya son hasken, ba ya zuwa ga hasken, don kada a tsauta masa ayyukansa. 21 Amma wanda ya aikata gaskiya yakan zo ga hasken, domin a bayyana ayyukansa, cewa, da taimakon God ne aka yi su.

ME YASA tsari yake?

Bayan mun karbi ceton sa dole ne mu yarda God yayi mana jagora a wannan sabuwar rayuwa 39

Filibiyawa 2:12 Don haka, ya ƙaunataccena, kamar yadda kuka yi biyayya a koyaushe, ba kamar a gabana kaɗai ba, amma yanzu fi ƙarfina a ɓace, fitar da cetonku da tsoro da rawar jiki. 13 Domin God ne yake aiki a cikinku gwargwadon abin da kuka ga dama da jin daɗinku.

Ishaya 26:12 Ya Ubangiji, za ka tabbatar mana da salama, Gama kai ma ka aikata ayyukanmu a kanmu. 13 Ya Ubangiji Godnmu, waɗansu sun mallake ka, sun mallake mu, amma kai kaɗai ne kaɗai za mu ambaci sunanka. Sun mutu, ba za su rayu ba. Sun mutu, ba za su tashi ba, don haka ne ka sa aka lalatar da su, Ka sa tunaninsu ya lalace.

YAYA zamu iya kare irin wannan babbar kyauta?

- Yi tafiya cikin Haske

1 Yahaya 1: 4 Kuma waɗannan abubuwa muna rubuto muku, don farin cikinku ya cika. 5 Wannan shi ne saƙo wanda muka ji daga gare shi, kuma muke sanar da ku, cewa God haske ne, kuma a gareshi duhu ba komai ba. 6 Idan muka ce muna da tarayya da shi, kuma muna tafiya a cikin duhu, to, ba ƙarya muke yi, ba kuma gaskiya ba.

- Kasantuwa da God da Sauran tsarkaka

7 Amma idan muna tafiya cikin haske, kamar yadda yake a cikin haske, muna da tarayya da juna, jinin Yesu Almasihu Sonansa yana tsarkake mu daga dukkan zunubi.

- Ka Sanya zunubanmu

8 Idan muka ce ba mu da zunubi, muna yaudarar kanmu ne, kuma gaskiya ba ta cikinmu. Idan muka furta zunubanmu, to, shi mai gaskiya ne, mai adalci, kuma zai gafarta mana zunubanmu, ya tsarkake mu daga dukkan rashin adalci. 10 Idan muka ce ba mu yi zunubi ba, muna sa shi maƙaryaci, maganarsa kuma ba ta tare da mu.

Yahaya 3: 21 Amma wanda ya aikata gaskiya yakan zo ga hasken, domin a bayyana ayyukansa, cewa an yi su da God.

Ka na IYA rasa Ceto?

Ibraniyawa 6: 1 Saboda haka barin ka'idodin koyarwar Kristi, bari mu ci gaba zuwa kammala; ba kwanciya sake kafuwar tuba daga ayyukan da suka mutu, da kuma imani ga God, 2 game da koyarwar yin baftisma, da kuma ɗora kan hannaye, da tashin matattu, da kuma shari'a ta har abada. 3 Za mu aikata wannan, in God ya yarda. 4 Gama ba shi yiwuwa ga waɗanda aka sauƙaƙe haske, suka ɗanɗani kyautar sama, aka kuma sanya su a cikin Ruhu Mai Tsarki. 6 Idan sun faɗi, don sabunta su zuwa ga tuba; tun da sun gicciye toan God da annabawan juna, kuma sun ba shi kunya.

BITA: MENENE CETO?

1. Ceto kyauta ce da ke zuwa ta _____Yesu, hadayar ƙarshe.

2. Muna bukatar ceto saboda Adamu _____ _____ shi da duka _____ daga God

3. Me ke faruwa yayin samun ceto? Lokacin da Yesu ya mutu akan giciye ya ɗauki _____ cikin kabari. Ya shiga daidai kuma ya dauki _____ cewa _____ mu daga God daga Shaidan kuma Yesu ya ci nasara a can. a gare ku da I. Ceto yana farawa yanzu ga namu _____ it!

4. Saboda haka, idan kowane mutum ya kasance _____ _____, shi ne _____ _____: tsofaffin abubuwa _____ _____ ne; ga shi, komai sun zama _____.

5. Ceto - "Cewa idan zaku _____ tare da bakin ku _____ _____, kuma kuyi imani da _____ ku cewa God ya _____shi daga matacce, zaku zama _____."

6. Amma wanda ya aikata _____ ya zo _____, domin ayyukan sa su bayyana, cewa aikin God ne.

7. Tsari - Bayan mun yarda da _____ dole ne mu kasance _____ God ya _____ a wannan sabuwar rayuwar.

8. Kare Kyautar (na Ceto) - Kuyi Zumunci: Amma idan muna _____ a cikin haske, kamar yadda yake a cikin haske, muna da tarayya da juna, kuma _____ hisansa Yesu hisansa yana tsarkake mu daga dukkan zunubi. Rike zunubin mu _____.

9. Shin Zaku Iya Ramar Cetar Ku? - "Kuma ku ɗanɗani magana mai kyau ta God, da ikon duniya mai zuwa, idan za su kasance _____ _____, sabunta su zuwa _____ _____; tun suna gicciye wa thean God _____, kuma suka sa shi a buɗe _____.

Fasali 8

MENENE BAFTISMA NA RUWA?

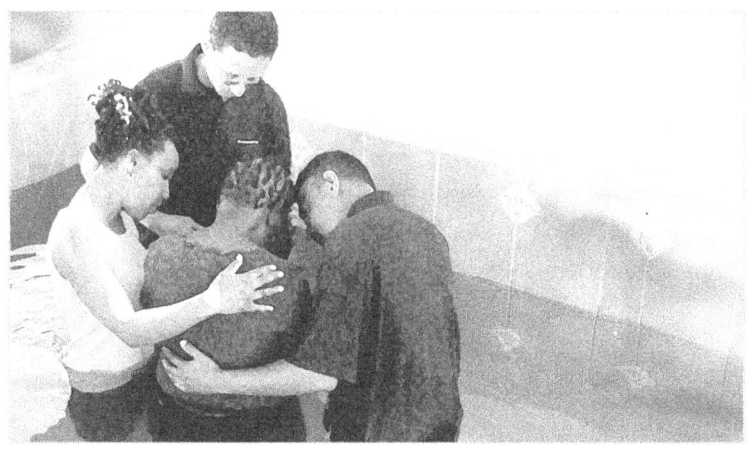

An Nemi "Aikin Baftisma na ruwa" daga Rev. Agnes I. Numer

"Idan da gaske zamu fahimci shirin God game da Baftisma na Ruwa, to idan aka yi mana baftisma cikin ruwa da yawa daga cikin" takarce "zamu kula. Ana binne Baftisma Ruwa. Muna binne tare da Yesu. Wannan mai iko ne, da nufin yin zunubi, wadancan abubuwa na al'amuran rayuwarmu, bari mu binne su tare da shi kuma kar ya zo cikin kowane Zunubi, amma cikin Adalci.

Lokacin da Yesu ya mutu akan gicciye ya gangara wannan kabarin yana ɗaukar ZININ duniya a bisansa, ya shiga gidan wuta ya ɗauke waɗannan makullin ya kuma kwace su daga shaidan sai ya ce yanzu zan ba waɗannan makullin. ga waɗannan da na fanshe - Yesu ya ci nasarar yaƙi a can da ku.

Wannan shine dalilin da yasa yana da mahimmanci a gare mu muyi baftisma cikin ruwa. Wannan bangare ne na Gidauniyarmu ta Ruhaniya.

Ta wurin baftisma cikin ruwa Yesu ya ce wa Shaidan, "**Ba sauran** Shin, k you ne ke iya mallakar ku? Idan sun gangara zuwa kabarin nan na ruwa, **komai** abin da kuke a cikinsu sun tafi. Zan 'yantar da su, zan kawo su cikin sabuwar rayuwa, in kawo su cikin ikon tashin tashin matattu. Ba ku da mulkin mallaka a kansu Shaidan, na kawar da kai daga gare ka kuma na sa shi a hannunsu. Yanzu suna da iko da iko da kai."

Me muke koyarwa? Me aka ba mutum? Shaidan bashi da wani iko a kanku lokacin da kuka gangara cikin wannan ruwan, zaku sa tsohuwar jikin mutum, a cikin wannan ruwa. Kai kawai ka ba da wannan halin ga Shaidan ka gaya masa ya koma da shi ramin. Yanzu, kun fito daga Baftisma cikin Ruwa a cikin ikon tashin Yesu Almasihu.

Za ku fito. Kun mutu nan can kuka bar duniyar ta jiki a baya. Kamar yadda yesu ya tashe ku ya tayar da ku zuwa rai tashin Alqiyama, ya sanya makullinku a hanun ku. Ku ji ni … Kuma ya fito da ku 'yantu, ya' yantu daga zunubi ta wurin jininsa da mutuwarsa. Ko da yadda ya ɗauki makullin daga Shaiɗan, kamar yadda kuka fito da shi cikin ikon tashin matattu - a yanzu kuna da maɓallan a hannunka!

Wannan maganar God ce; wannan ikon Bishara ne, na mulkin God, kuma wannan Ruhun da ya ta da Yesu daga matattu yana rayar da jikinku mai mutuwa.

Kun fito daga ruwan nan da sabon rayuwa, kun fito da sabon halitta, kuma kun fito dan God. Ruwan ba ruwa bane … amma abinda Yesu yace yayi kenan sannan zai 'yantar da mu. Amma idan ba mu san gaskiya ba, ta yaya za mu shiga ciki? Wannan ɗayan darasi ne mai mahimmanci a gare mu mu shiga cikin ikon Yesu Kristi.

Anan ne ake fara alheri ...
Ta wurin Baftisma ta ruwa, an bar zunubi a kabarin ruwa, alheri ya fara, yaya girman wannan alherin".

Kalmar God tana nufin, tana nuna halayen God ne. Amma baftisma cikin ruwa ba mu bane muke nuna halayen God. Halinsa ne, a cikin mu. Idan muka yi baftisma, God yayi magana cikin ruhun mu, kamar yadda ya yi magana akan Yesu "Wannan shi ne belovedana ƙaunataccena." Yayi Magana a cikin mu Yanayin sa. Kamar dai bamu taɓa yin zunubi ba. Wannan sabon yanayin yana ƙaunar abin da God yake ƙauna.

Wannan shine farkon aiwatarwa.

Yi nazarin maganganun da tambayoyin da ke ƙasa kuma God ya ba da ikon bayyana maka ikon Baftisma na Ruwa.

WANENE Yahaya mai Baftisma?

Yahaya Mai Baftisma ya fara yin Baftisma cikin ruwa a cikin Baibul. Yahaya ya zo don shirya zuciyar mutane ta wa'azin tuba da baftisma. Wannan sabon abu ne ga yahudawa kawai suka bada sadaka da wanki.

Ishaya 40: 3 Muryar wanda yake kira a cikin jeji, Ku shirya hanyar Ubangiji, ku daidaita babbar hanya zuwa Godnmu.

Markus 1: 1 Farkon bisharar Yesu Almasihu, Godan God; 2 Kamar yadda yake a rubuce a cikin annabawa cewa, "Ga shi, na aiko da manzona a gabanka, Wanda zai shirya maka hanyarka. 3 Muryar mai kira a cikin jeji, 'Ku shirya hanyar Ubangiji, ku miƙe hanyoyinsa. 4 Yahaya ya yi baftisma a jeji, yana wa'azin baftismar tuba domin gafarar zunubai. 5 Sai mutanen Yahudiya da na Urushalima suka yi ta zuwa wurinsa, ana yi masa baftisma dukansu a Kogin Urdun, suna bayyana zunubansu.

Yahaya mai Baftisma yace maibi dole ne ya fitar da 'ya'yan

itace wanda ke nuna tuba ta gaskiya. Misalai sun haɗa da: alheri, kirki, ƙauna, karimci, gaskiya, adalci, aminci, tawali'u, shuru, walwala da wadatar zuci.

Luka 3:8 Ku fitar da 'ya'yan itatuwa masu cancanci tuba, kada ku fara cewa a kanku,' Muna da Ibrahim ga mahaifinmu: gama ina ce maku, God yana da ikon ɗayan waɗannan duwatsun ga Ibrahim.

Yahaya Maibaftisma yayi annabci cewa Almasihu zai zo kuma 'zai yi' baptisma da ruhu mai tsarki da wuta '.

Luka 3:16 Yahaya ya amsa, yana ce musu duka, hakika ni na yi muku baftisma da ruwa; Amma wanda ya fi ƙarfina wanda yake zuwa sama, wanda ba ni cancanci ya kwance takalminsa ba, shi ne zai yi muku baftisma da Ruhu Mai Tsarki da wuta.

Misalan Baftisma a Tsohon Alkawari

Sau da yawa God yakan shirya wa mutanen sa shirinsa na gaba ta hanyar misalai. Isra'ila ya yi wa Musa baftisma a cikin gajimare da teku.

1 Korintiyawa 10:1 Bugu da ƙari, 'yan'uwa, ban so ku zama marasa hankali, yadda ubanninmu suke ƙarƙashin girgije, dukansu kuwa suka haye teku.

2 Kuma duka an yi wa Musa baftisma a cikin gajimare da cikin teku.

ME YA SA Yesu ya zaɓi a Yi Baftisma da Ruwa?

Yesu ya zo Kogin Urdun don ya yi masa baftisma Yahaya mai Baftisma. Lokacin da Yahaya yayi ƙoƙarin hana shi Yesu ya nemi Yahaya ya "yarda da shi a wannan lokacin" don "cika duka adalci" Yesu ya yi biyayya ga God cikin Baftisma cikin ruwa domin ya nuna mana misali. Ruhu Mai Tsarki ya sauko bisa Yesu bayan yayi baftisma.

Matta 3:13 Sai Yesu ya zo daga ƙasar Galili zuwa Kogin

Urdun wurin Yahaya, don a yi masa baftisma. 14 Amma Yahaya ya hana shi, ya ce, Ina bukatar a yi mini baftisma da kai, ka zo kuwa? 15 Amma Yesu ya amsa masa ya ce, "A bar shi haka. Gama ya zama mana mu cika dukkan adalci. Sa'an nan ya sha wahala masa. 16 Kuma Yesu, lokacin da aka yi masa baftisma, ya hau kai tsaye daga cikin ruwa, kuma, sai ga shi, aka buɗe sama, kuma ya ga Ruhun Bautawa yana saukowa kamar kurciya, da kuma haske a kansa: 17 Kuma a muryar daga sama, yana cewa, Wannan shi ne belovedana ƙaunataccena, wanda nake farin ciki da shi sosai.

1 Bitrus 2:21 Domin a kan haka ne ake kiran ku: Gama Almasihu ma ya sha wuya saboda mu, ya bar mana misali, ku bi matakansa:

God ya ba wa Yahaya alama cewa Yesu shi ne Almasihu; da kuma zai ga Ruhu Mai Tsarki yana "saukowa ya zauna a bisansa."

Yahaya 1:29 Kashegari Yahaya ya ga Yesu na nufo shi, sai ya ce, Ga Beholdan Rago na God, wanda zai ɗauke zunubin duniya. 4:30 Wannan shi ne wanda na ce, "Bayan ni ya zo wani mutum wanda aka fi so a gabana, gama ya kasance a gabana. 31 Kuma ban san shi ba, amma domin a bayyana ga Isra'ila, saboda haka zan zo na yi baftisma da ruwa. 32 Yahaya ya yi shaida, yana cewa, Na ga Ruhu na saukowa kamar kurciya daga sama, ya kuma zauna a kansa. 33 Kuma ban san shi ba, amma wanda ya aiko ni in yi baftisma da ruwa, wannan ya ce mini, A kan waina za ka ga Ruhun yana saukowa, yana kuma bisansa, Shi ne mai yin baftisma da Ruhu Mai Tsarki.

MENE NE Baftisma na Ruwa?

Baptismar ruwa shine lokacin da mai bada gaskiya cikin Yesu ya yarda da kansa cikin nutsuwa karkashin ruwa wanda ke nuna Mutuwa da tashin Yesu Almasihu.

Ayyukan Manzanni 8:36 Kuma yayin da suke kan hanyarsu,

suka isa wani ruwa: sai baban ya ce, Ga ruwa! Me ke hana ni yin baftisma? 37 Sai Filibus ya ce, "In dai ka gaskata da duk zuciyarka ka iya. Kuma ya amsa ya ce, Na yi imani cewa Yesu Kristi thean God ne. 38 Kuma ya umarci karusar da ta tsaya: kuma suka gangara biyu zuwa cikin ruwa, da Filibus da eunuch; Ya yi masa baftisma.

Hada kan Yesu cikin binnewa ta hanyar Baftisma na Ruwa:

- Yana lalata DNA - (sinan zunubin) na Adamu
- Yana sauya DNA - (Sabuwar dabi'a) ta Yesu Kristi.

Ta wurin Baftisma na ruwa munyi kasuwanci da yanayin zunubin Adam tare da Sabon God wanda ya hura yanayin Yesu Kristi!

Mu bayi ne na zunubi, amma na ƙauna, bayi ne na adalci

Ta wurin Baftisma cikin ruwa Ruhu mai tsarki ya bamu iko muyi rayuwar 'yanci daga ɗaure cikin zunubi.

Kada mu bar zunubi yayi mulki ya kuma yi mulki a cikin jikunan mu. Muna da 'yancin rayuwa cikin adalci ga God. Mu bayi ne na zunubi, amma na ƙauna, bayi ne na adalci.

Romawa 6: 3 Ba ku sani ba, cewa da yawa daga cikin mu kamar yadda aka yi mana baftisma cikin Yesu Kristi an yi masa baftisma cikin mutuwarsa? 4 Saboda haka muna binne tare da shi ta hanyar baftisma cikin mutuwa: cewa kamar yadda aka ta da Kristi daga mattatu ta daukakar Uba, haka ma ya kamata muyi tafiya cikin sabon rayuwa.

Romawa 6:18 Tun da yake kun sami 'yanci daga zunubi, kun zama bayin adalci.

Wanene yakamata ayi Baftisma da ruwa?

Baftisma na ruwa - Bayani ga Duniya!
  Ka lura cewa duk an yi masa baftisma. Wannan ita ce alamar mai bin Kristi. Bayani ne don kowa ya gani. A yawancin al'adu, da zarar an yi muku baftisma Kirista za a iya watsa ku ko a kashe ku. Kana cewa, "Na yanke shawarar bin Yesu ... Babu koma baya"
  1 Korantiyawa 12:13 Gama da Ruhu daya, dukkanmu an yi mana baftisma cikin jiki daya, ko mu zama yahudawa ko kuma al'ummai, ko kuwa 'yan bawa ne ko' yanci; kuma duk an shayar da mu a cikin Ruhu guda.
  Markus 16:16 Duk wanda ya ba da gaskiya, aka yi masa baftisma, zai sami ceto. amma wanda bai yi imani ba za a hukunta shi.
  Ayyukan Manzanni 2:38 Sai Bitrus ya ce musu, Ku tuba, a yi wa kowannenku baftisma cikin sunan Yesu Kiristi don gafarar zunubai, za ku sami baiwar Ruhu Mai Tsarki.

YESU ya umurce mu mu yi baftisma duk al'ummai.

Matta 28:18 Sai Yesu ya zo ya yi magana da su, yana cewa, "An mallaka mini dukkan iko a sama da ƙasa. 19 Ku tafi saboda haka, ku koya duk al'ummai, kuna yi musu baftisma da sunan Uba, da Da, da na Ruhu Mai Tsarki: 20 Koyar da su kiyaye duk abin da na umurce ku, kuma, ga shi, ina tare da a koyaushe, har zuwa ƙarshen duniya.
  An samo shi daga "Izinin Cikakkiyar Salama ta God" Rev. Agnes I. Numer

Yesu Ya hallaka "Tsohon mutum Na Zunubi"

"Kun sani, an horar da ni a cocin da yayi magana game da tsarkakewa. Sannan lokacin da na fara karanta Maganar yadda

God ya ba ni, na ga wani abu daban. Suna magana ne game da tsohon mutum mai zunubi. Shin kun taɓa haduwa da shi? Shin kun taɓa sanin shi? Ya samu Krista da yawa suna cikin damuwa. Ka san abin da wannan yake nufi? Ina amfani da tunanin hakan, da kyau, asirinku ne yake nunawa. Wannan amfani na zama magana a cikin cocin da aka haife ni. Idan ka ɗaga murya ko ka faɗi wani abin da ba su yarda da shi ba, "Oh, wannan dabi'arku ce ta ɗabi'a!" Na samu labari maku. Yesu yace ya dauki shi akan giciye. Ya gafarta zunubanmu ta jininsa. Ya rusa zunubin Adamu a cikin ku, to me ya yi? Ya kai shi kan gicciye. Abin la'ana ne aka sa can ta wurin faɗuwar mutum.

Yesu ya dauke shi akan giciye. Idan muka yi baftisma cikin ruwa, muna da gatan ɗauko "tsoho" zuwa can mu binne shi. Zai barmu mu dauke wannan dattijon mai zunubin ... amma ya rushe shi akan giciye, ya lalata ikonsa a kan gicciye ... ga kowane Kirista, zai ji shi ya kuma yi biyayya da shi. Za ka gangara zuwa cikin ruwa, kabari tare da Ubangiji, kuma ka binne tsohon nan a can. Bai mutu ba lokacin da kuka sauka. Ya riga ya mutu, ya mutu a kan gicciye. **Amma kana da gatan binne shi**, saboda haka ka sani tabbas bai da rai.

Ya ta'azantar da ni lokacin da God ya buɗe littafin nan domin na yi tunani cewa a duk tsawon rayuwata zan iya jure wa wannan dattijon zunubi kuma in yi tafiya tare da Yesu. Nagode God ba gaskiya bane! Muna iya samun abubuwa da yawa da muke buƙatar kawar dasu, amma muna da Yesu kuma zai rabu da mu mana. Amin!

Ya ce yana da matukar muhimmanci a gare mu mu yi baftisma cikin ruwa, cikin Yesu Kiristi. Ba a cikin majami'a ba, ba cocin Methodist ba, ba a cikin cocin Baptist, ba a cikin cocin Katolika, amma a cikin Yesu Kristi. Baptismar Yahaya baptismar tuba ce, amma baptismar yesu shine ya kawo mu cikin shi. Kuma yana cikinmu - yana mai ba mu rayuwa ta ruhu. **Ba sauran zuriyar Adamu ba, amma wata halitta ce** – Wata sabuwar halitta da aka yi a can ta wurin Yesu Kiristi, kamar

Menene Baftisma na ruwa?

yadda muke gangara zuwa gicciye kuma kamar yadda muke gangarawa cikin ruwa. An binne tsohon nan a can, ba zai sake tashi ba, muddin muka bar Yesu Kiristi ya zama Ubangiji da Sarki a cikin mulkinsa a rayuwarmu.

Idan muka rabu da shi, to zamu shiga wuta. Lallai zaku shiga cikin munanan ayyukan da Shaidan yake muku. Amma idan kun yi riko da Ubangiji kuma kuka aikata abin da Ya faɗi, wannan babban aikin da ya ba mu ya kammala cikin Yesu Kiristi. "A cikin sa muke rayuwa, mun motsa, muna da kasancewarmu." **Shine ya ba mu cikakkiyar aminci, kuma ya kasance tare da mu.** Shi ya wajabta mana. Ya bamu damar. Ya sa ya yiwu mana mu yi baftisma cikin ruwa, kuma domin mu sami 'yanci daga tsohon mai zunubi kuma mu rayu cikin salamarsa don mu lalata duk wani tasirin wannan rayuwar. "

God ya bamu amsa.

BITA: MENENE BAPTISMAR RUWA?

1. shine lokacin da mai bada gaskiya ga Yesu ya bada izinin nutsuwa a karkashin ruwa yana nuna Mutuwa da tashin Yesu Almasihu.
a. furta zunubai
b. baftisma cikin ruwa
c. addu'ar mai zunubi
d. sabon mai bi

2. Baftisma cikin ruwa _____ DNA - (yanayin _____) na Adamu da _____ shi tare da DNA (yanayin _____) na Yesu Almasihu.

3. Mu ba zuriyar Adamu bane, amma sabon halitta - sabuwar halitta ta zama can ta wurin Yesu Kristi.
a. Gaskiya ne
b. Karya

4. Ta hanyar Baftisma na Ruwa mun _____ yanayin _____ na yanayin Adamu tare da _____ yanayin Yesu Kristi!

5. Ta hanyar Baftisma cikin ruwa Ruhu mai tsarki ya bamu iko muyi rayuwar 'yanci daga ɗaure cikin zunubi.
a. Gaskiya ne
b. Karya

6. Wanene Yakamata a Yi Baftisma da Ruwa?
a. membobin coci kawai
b. wadanda suka gama ajin sabon mai bi
c. Duk wanda ya gaskata cewa Yesu ɗan God ne, ya mutu saboda zunubanmu
d. Masu ba da gaskiya ne kawai na Al'ummai

Fasali 9

WANE NE RUHU MAI TSARKI?

God daya ne. Kun dai ji God Uba, God Sona da God Ruhu Mai Tsarki - wannan God daya ne. Uku cikin Daya. Ruwa, kankara da tururi hanya ce ta ruwa iri - dukansu har yanzu ruwa ne - amma fannoni daban-daban; tare da God Shi ne duka uku a lokaci guda.

Wannan wani abu ne wanda ba mu fahimta da sauƙi saboda zamu iya kasancewa wuri daya a lokaci daya. Amma tunani game da wannan, mu ruhu ne, wanda yake rayuwa cikin jiki kuma yana da rai. Wannan yasa mu cikin surar God. Idan muka mutu jikin mu yana binne, amma ruhun mu yana raye har abada.

Yi nazarin maganganun da tambayoyin da ke ƙasa da **Bari God ya bayyana kansa gareku.**

Wanene Ruhu Mai Tsarki?

Ruhu Mai Tsarki God ne. Shi mutum ne. Ruhu Mai Tsarki shine yake taimaka mana mu gane zunubanmu. Bashi da jiki na zahiri saboda Shi ruhu ne. Wasu lokuta mutane suna kiransa Ruhu Mai Tsarki. Wannan kalma daban ce wacce ke nufin Ruhu Mai Tsarki. Yanayin God ƙauna ne kuma tunda Ruhu Mai Tsarki God ne Shi ma ƙauna ne.

Aikin Ruhu maitsarki yana Duniya. Yana aiki a cikin zuciyar mutane. Zai iya yi mana magana a cikin zuciyarmu; zamu iya ji shi ko kuma jinsa da ruhun mu. Yana kuma taimaka mana mu ji yayin da muka yi zunubi. Ruhu Mai Tsarki yana nan lokacin da God ya halicci duniya.

Farawa 1:26 God kuwa ya ce, Bari mu yi mutum cikin siffarmu, da kamanninmu…

Tsohon Alkawari shine kashin farko na littafi mai tsarki wanda aka rubuta kafin haifuwar Yesu. An rubuta Sabon Alkawari bayan haihuwar Yesu. Littattafan Tsohon Alkawari an rubuta su ne ta hanyar mutanen da "ya motsa" da Ruhu Mai Tsarki.

2 Bitrus 1:21 Domin annabcin ba a cikin tsohon mutum da nufin mutum bane, amma tsarkakan mutane na God yayi magana yayin da Ruhu Mai Tsarki ya motsa su.

Ruhu Mai Tsarki na iya Har ila yau, "motsa" zukatanmu don yin abubuwa, wanda ke nufin Ya ba mu iyawa ta musamman waɗanda suka zo daga God a wasu lokuta don yin abin da God yake so.

Ga misalai daga Tsohon Alkawari na damar da God ya ba da ta Ruhu Mai Tsarki. Hikima - Sulaiman, I Sarakuna 4: 29-32,

Ilimi - Elisha, II Sarakuna 5: 25-27, Fahimtar ruhohi - Bawan Saul, - I Samu'ila 16: 14-15, Bangaskiyar - Joshua, Joshua 10: 12-14 , Mu'ujizai - Iliya I Sarakuna 17: 17-24, I Sarakuna 18:38, Warkarwa - Ishaya II Sarakuna 20: 5, Annabta - Balaam Littafin Lissafi 23:24,

Muna iya roƙon Ruhu Mai-Tsarki **musamman damar iya yin komai** duk lokacin da muke bukatar su suyi abin da God yake so. Yana nan don nufin taimakon mutanen God suyi nufin God a Duniya.

Wanene Ruhu Mai Tsarki a garemu?

Ruhu Mai Tsarki shi ne:
Malamin mu. Yana yi mana jagora kuma yana yi mana jagora zuwa ga gaskiya. Zai "tuɓe mu" daga karya da yaudara. Shin kun taɓa wasa wasan inda kuka zaɓi abu a cikin ɗakin kuma ku jagoranci wani zuwa wurin ta kawai ta amfani da kalmomin "zafi" ko "sanyi"? Za mu fara koyon "tsirara" a cikin zukatanmu. Zamu koyi "ji muryarsa" Zamu iya dogaro gareshi ya koya mana.

Ma'aikatanmu. Zai kasance tare da mu koyaushe, a kowane yanayi, cikin kowane wahala ko farin ciki. Yana son mu ji kasancewar sa tare da mu. Muna bukatar kawai tambaya. Muna iya dogara gare shi don ya ta'azantar da mu.

Mataimakinmu. Yana taimaka mana muyi addu'a koda bamu san me zamu ce ba. Zai taimake mu ta hanyoyi da yawa. Zai bamu iko na musamman na ruhaniya wanda ya zo daga God. Zamu iya dogara gare shi ya taimake mu muyi hanyar God.

1 Korinthiyawa 12: 1 Yanzu game da kyautai na ruhaniya, 'yan'uwa, zan ba ku da jahili .... 7 Amma aka bayyanawar Ruhu kowane mutum don cin gajiyar sa. 8 Gama daya ne da aka ba da Ruhu maganar hikima. zuwa wani maganar maganar ilimi ta wannan ruhi. 9 To wani imani da wannan Ruhu. zuwa wani

kyautai na warkaswa ta wurin Ruhu guda. 10 Ga wani aiki na mu'ujizai. zuwa wani annabci; zuwa wani fahimtar ruhohi. zuwa wani nau'in yare daban daban; zuwa wani fassarar harsuna: 11 Amma waɗannan duka suna yin wannan aiki ɗaya da Spiritan kansa, suna rarraba wa kowane mutum da yawa yadda ya nufa.

    ZA MU IYA SAUKAR DA Ruhu Mai Tsarki, kawai muna buƙatar tambaya.

BITA: WANE NE RUHU MAI TSARKI?

1. Godnmu shine:
a. Uku cikin daya
b. Uba, Sona da Ruhu Mai Tsarki c. God daya
d. Duk na sama

2. Yaya aka yi mu cikin surar God?
a. Ruhi, Rai da jiki
b. Ruwa, kankara da tururi
c. Zai iya kasancewa ko'ina ko'ina lokaci daya
d. Koyaushe muna wanzu

3. Ruhu Mai Tsarki:
a. Shin God
b. Ba shi da jiki na zahiri
c. Duk na sama
d. Babu ɗayan abubuwan da ke sama

4. Mutanen da Ruhu Mai Tsarki ya motsa mutane sun rubuta Tsohon Alkawali.
a. Gaskiya ne
b. Karya

5. Ruhu Mai Tsarki na iya ba mutum baiwa ta musamman ikon God kamar:
a. Ilimi
b. Annabta
c. Mu'ujiza
d. Duk na sama

6. Ruhu Mai Tsarki yana nan don nufin taimakon mutanen God su yi nufin God a Duniya
a. Gaskiya ne
b. Karya

7. Kamar yadda malamin mu yake, Ruhu Mai Tsarki yana jagorance mu zuwa ga gaskiya.
a. Gaskiya ne
b. Karya

8. Ruhu Mai Tsarki na iya taimaka mana mu yi addu'a ko da ba mu san abin da za mu faɗa ba.
a. Gaskiya ne
b. Karya

Fasali 10

MENENE BAFTISMAR RUHU MAITSARKI?

Yi nazarin maganganun da tambayoyin da ke ƙasa kuma ba da izinin Ruhu Mai Tsarki ya bayyana kansa gare ka.

Menene Baptismar Ruhu maitsarki?

Shirin God don dawo da mutane zuwa kansa shine ya biya domin yesu ya zo ya mutu a madadinmu akan gicciye. Wannan ya buɗe wa mutane hanyoyin da za a tsarkaka daga zunubi. Hadayar Tsohon Alkawari kawai ta rufe zunubanmu na baya kuma dole ne a maimaita su kowace shekara; amma Yesu ya zo ne domin ya maido da mutane wurin Uba God. Yanzu muna iya zuwa gare shi kowane lokaci ta wurin Yesu.

God ya jira ya sake yin tafiya tare da mu ya kuma yi magana da mu ya kuma bamu ikon amfani na musamman da muka rasa. Wannan hanya a buɗe take ta wurin Yesu. Dole ne Yesu ya koma wurin Ubansa bayan ya mutu ya kuma tashi daga matattu domin ya aiko mana da Ruhu Mai Tsarki. Yasan yadda muke bukatar Ruhunsa mu zama a cikin US ba kawai DA AMFANI da Amurka ba.

Yahaya 14:17 Ko da Ruhun gaskiya; wanda duniya ba ta iya karɓa, domin ba ta gan shi, ba ta kuma san shi ba, amma kun san shi; gama yana zaune tare da ku, zai kasance a cikinku.

Akwai wani abu da aka yi mana alƙawarin
Ruhu mai tsarki ya rigaya yanke mana zunubin mu, ya shafa jinin Yesu, ya jawo mu wurin Yesu, ya bishe mu kuma yayi mana jagora; amma akwai ƙarin! Uba God yayi alkawarin karin, Yesu yayi magana game da hakan har ma da Yahaya mai Baftisma yace akwai MAGANIN.

Yahaya mai Baptisma yace yesu zaiyi mana baftisma da Ruhu maitsarki da wuta. Wuta tana tsabtacewa kuma tana tsarkaka, tana bada haske da zafi (himma da ƙarfin gwiwa). Luka 3:16 - Zai yi muku baftisma da Ruhu Mai Tsarki da wuta.

Matta 3:11 Gaskiya ina yi muku baftisma da ruwa zuwa ga tuba: amma wanda yake zuwa bayana ya fi ni girma, wanda takalminsa ma ban isa in ɗauka ba. Shi ne zai yi muku baftisma da Ruhu Mai Tsarki, da wuta:

Yaya Yesu ya bayyana zuwan Ruhu Mai Tsarki?

Za mu **karɓi iko.**

Ayyukan Manzanni 1: 8 Amma za ku karɓi iko, bayan da Ruhu Mai-tsarki ya sauko muku, za ku kuwa kasance shaida a gare ni duka a cikin Urushalima, da cikin dukanea Yahudiya, da Samariya, har zuwa ƙarshen duniya.

Muna da **koguna na ruwa mai rai** gudana daga gare mu.

Yahaya 7:38 Duk wanda ya gaskata da ni, kamar yadda nassi ya faɗi, daga cikin hanjinsa za a kwarara ƙoramu masu rai na ruwa. 39 (Amma wannan yana magana ne game da Ruhu, wanda masu gaskatawa da shi za su karɓa: domin ba a ba da Ruhu Mai Tsarki ba, domin har yanzu ba a ɗaukaka Yesuba.)

Wannan abin da **Ubana ya yi alkawari** ku.

Luka 24:49 - Ga shi, na aiko muku da alkawarina Ubana.

Ayukan Manzani 1: 4 - Ya umurce su da kada su fita daga Urushalima, amma jira don Alkawarin Uba.

Luka 11:13 - Yaya Ubanku na sama zai ba da Ruhu Mai Tsarki ga waɗanda suke roƙonsa?

Ayyukan Manzanni 2:39 - Gama wa'adin ya kasance a gare ku, ku da 'ya'yanku, da kuma duk waɗanda suke nesa, da yawa kamar yadda Ubangiji Bautawanmu zai kira.

An gaya masu cewa dole ne su jira Ruhu Mai Tsarki.

Ba za mu iya yin abin da God yake so da kanmu ba. Muna bukatar mu cika da ikonsa. Wannan yasa Yesu ya nace cewa su jira tare har sai sun karɓi iko lokacin da Ruhu Mai Tsarki ya zo... to, za su iya zama shaidunsa. Ayukan Manzanni 1:4

Me suka Samu?

Akwai wani abu mai canzawa wanda ya faru da mutanen da suka biyo bayan Yesu bayan ya koma sama. Bayan sun jira kwana 50, a ranakun da Yahudawan suka kira Fentikos sun sami duk abin da Yesu ya alkawarta musu. Sun karɓi Baftismar Ruhu maitsarki da wuta.

Ayyukan Manzanni 2:1 Kuma a lokacin da ranar Fentikos ya isa cikakke, dukansu suna tare da yarda guda a wuri guda. 2 Kuma ba zato ba tsammani akwai wata kara daga sama kamar na mai ƙarfi m iska, kuma ta cika dukan gidan inda suke zaune. 3 Kuma akwai bayyana a gare su Cloven harsuna kamar na wuta, kuma ya zauna a kan kowane daga cikinsu. 4 Kuma duk sun kasance cike da Ruhu Mai Tsarki, kuma suka fara magana da wasu harsuna, kamar yadda Ruhu ba su furcin. 5 Kuma akwai zaune a Urushalima, Yahudawa masu ibada, daga kowace al'umma a karkashin sama. 6 Yanzu a lokacin da wannan aka gabatar da a kasashen waje, taron da yawa suka hallara, kuma aka sunkuyar, domin cewa kowane mutum ya ji suna magana da yaren. 7 Kuma aka yi mamakin da mamaki, ya ce wa juna, Ga shi, ba duk wadannan wanda magana Galilaeans? 8 Kuma yaya ji kowane mutum da namu harshen, a cikin abin da aka haife mu? 9 Abiyata, da Mediya, da Elamites, da mazaunan Mesopotamiya, da cikin Yahudiya, da Kapadokiya, da Fontus, da Asiya, 10 da Frygia, da Pamphylia, a Misira, da kuma sassan Libya game da Cyrene, da baƙi na Rome. , Yahudawa da yan darikar sahabbai, 11 Cretes da larabawa, muna jin su suna magana da harsunan mu abubuwan ban al'ajabi na God. 12 Duk suka yi mamaki, harsuka yi shakka, suna ce wa juna, "Menene ma'anar wannan? 13 Wa Othersanda suka yi ba'a suka ce, Waɗannan mutane cike da sabon ruwan inabi 14 Kai, ka kasa kunne ga maganata.

Ayyukan Manzanni 2:15 Gama waɗannan ba masu yin maye bane, kamar yadda kuke zato, tunda sa'a ce ta uku ta rana. 16 Amma wannan shi ne abin da annabi Joel ya faɗa. 17 Kuma zai faru a cikin kwanaki na ƙarshe, in ji God, Zan zubo da Ruhuna a kan dukkan nama: 'Ya'yanku maza da mata za su yi annabci, samarinku kuma za su ga wahayi, tsofaffin maza za su yi mafarki. : 18 Kuma a kan barorina da a kan bāyiNa zan zubo a cikin wancan zamanin na Ruhuna; Za su kuma yi annabci: 19 Zan nuna abubuwan al'ajabi a sama, da alamu a cikin ƙasa. jini, da wuta, da kuma tururi hayaki: 20 Rana za a juya a cikin duhu, kuma watā a cikin jini, kafin wannan babban da sananne ranar Ubangiji ya zo.

Abin da Ayyukan Manzanni suka Yi Baftisma da Ruhu Mai Tsarki ya Sanya?

Tausasawa

Wannan mutumin, Bitrus, wanda ya ji tsoro sosai don shigar da baiwa ga bawa cewa shi mai bin Yesu ne cike da ƙarfin zuciya har ya iya tsayawa a gaban dubun dubatar mutane yana shelar cewa Yesu Sonan God ne Ya kamata mutane su tuba su juyo ga God.

Sako daga God

Ruhu Mai Tsarki ya ba da iko na musamman don iya faɗar kalmomin God ga mutane

Da tofin God

Wannan shine lokacin da Ruhu mai tsarki ke aiki a cikin zuciyar mutum kuma yana taimaka masa ya gane kuma yayi nadama ga zunuban sa. Kamar yadda ake magana da sakon mutane zukatan suka koma

Tuba

Dubun dubatar mutane sun yarda da zunubansu da kuma buƙatansu na God domin Ruhu Mai Tsarki yana shawo kan zukatansu kuma yana kai su ga tuba.

Da yake Magana A cikin Harsuna

Duk mutanen da suka yi baftisma da ruhu mai tsarki suna magana da yare daban-daban kamar yadda Ruhu Mai-tsarki ya basu kalmomi. Wasu daga cikinsu sun yi magana a cikin yarukan da ba su taɓa koya ba, amma mutane daga wasu ƙasashe waɗanda suka ji hakan suna iya fahimta. Wannan alamar ta gamsar da mutane da yawa cewa God yana aiki.

Mu'ujiza

Ruhu Mai Tsarki ya ba manzannin ikon musamman na yin mu'ujizai da yawa waɗanda suka ƙara tabbatar da mutane cewa abin da ke faruwa ya fito daga God ne.

Ayyukan Manzanni 2:43 Sai tsoro ya kama kowane rai. Manzannin sun yi al'ajabi da alamu dayawa.

Wannan alkawalin na mu ne a yau.
Bitrus yace wannan alkawarin nasu ne, ga yayansu da kuma wadanda zasuyi rayuwa mai yawa daga nan. Don mutane ne har abada. Wannan shi ne abin da Uba ya so haka har tsawon lokaci …. Don dawo mana da abin da muka rasa saboda zunubi kuma mu zama mutanensa cike da ruhunsa, da iko iri ɗaya kamar yadda suka samu a Ayyukan Manzanni 2.

Ayyukan Manzanni 2:39 Gama alkawarin yana muku, ku da 'ya'yanku, da kuma duk waɗanda suke nesa, kamar yadda da yawa kamar yadda Ubangiji Bautawanmu zai kira.

Wanene zai iya karbar baftismar Ruhu maitsarki?

Duk wanda zai tuba ya yi baftisma

38 Sai Bitrus ya ce musu, Ku tuba, a yi wa kowannenku baftisma cikin sunan Yesu Kiristi, don gafarar zunubai, za ku sami baiwar Ruhu Mai Tsarki.

Duk wanda zai roki Uba God game da Ruhu maitsarki

Luka 11:13 - Yaya Ubanku na sama zai ba da Ruhu Mai Tsarki ga waɗanda suke roƙonsa?

Duk wanda zai karɓi kyautar

Ku tuba, a yi wa kowannenku baftisma cikin sunan Yesu Almasihu saboda gafarar zunubai, za ku sami kyautar Ruhu Mai Tsarki.

Ubanmu na sama God ya yi irin wannan kyakkyawan tsari don dawo da mu zuwa ga abin da yake so ya ba wa Adamu da Hauwa'u. Yana son sanya Ruhunsa Mai Tsarki A CIKIN US saboda mu iya cike da iko da wuta kuma Ruhu Mai-tsarki na iya ci gaba da ayyukan sa ta wurin mu. Da fatan za a nemi Shidomin wannan kyautar yau.

BITA: MENENE BAPTISMAR RUHU MAITSARKI?

1. Yesu ya buɗe mana hanya:
a. Rayuwa har abada
b. Kuma, karɓi ikon God na musamman ta wurin Ruhu Mai Tsarki
c. Yi rayuwa cike da nishaɗi da wadata
d. Kasance mai iko na ruhaniya mai iko a Duniya

2. Me Yesu ya ce za mu karɓa lokacin da Ruhu Mai Tsarki ya sauko a kanmu?
a. .Arfi
b. Rijiyoyin Ruwa mai Rai
c. Ikon zama shaidu ga Duniya
d. Duk na sama

3. Mun iya zama shaida ga duniya ba tare da taimakon Ruhu maitsarki ba.
a. Gaskiya ne
b. Karya

4. Yaushe ne mabiyan Yesu suka karbi alkawarin?
a. Bayan kwana 50
b. Lokacin da suke cikin haɗin kai gaba ɗaya
c. Bayan Yesu ya koma sama

d. Duk na sama

5. Me ya haifar da ƙarfin magana, mu'ujizai da saƙonni masu ƙarfi a rayuwar mabiyan Yesu?
a. Suka bugu da giya
b. Sun kasance tare da Yesu shekaru 3 tuni
c. Sun karɓi kyautar Ruhu Mai Tsarki
d. Babu ɗayan abubuwan da ke sama

6. Wannan kyautar kawai don mabiyan Yesu na asali ne domin su sami ƙarfi sosai.
a. Gaskiya ne
b. Karya

7. Wanene ya cancanci karɓar kyautar da aka bayar ta Ruhu Mai-tsarki?
a. Duk wanda zai tuba ya yi baftisma
b. Duk wanda ya roki Uba
c. Duk wanda yake son ya sami wannan kyautar
d. Duk na sama

Fasali 11

ABIN DA DOLE NE IN CETO?

Ta yaya zan san zan je sama?

Amince cewa kana bukatar samun ceto, God yana sama kuma zunubi yana raba mu da God har abada. God baya son rabuwa da shi, saboda haka God ya ba da makaɗaicin Jesusansa Yesu, domin ya biya farashin zunubanmu ta hanyar mutuwa akan giciye shekaru da yawa da suka wuce.

Romawa 3:23 Gama duka sun yi zunubi, sun kasa kuma ga ɗaukakar God.

Romawa 6:23 Gama sakamakon zunubi mutuwa ne, amma baiwar God ita ce rai madawwami ta wurin Yesu Almasihu Ubangijinmu.

Romawa 5: 8 Amma God yaba ƙaunarsa zuwa gare mu, cewa a yayin da muke masu zunubi, Kristi ya mutu dominmu. Dole ne mu bada gaskiya ga Yesu muyi kuka ga God wanda ya halicce mu tun farko mu kuma roke shi danganta shi da Uban mu, Mahaliccinmu da Ubangiji.

Ezekiyel 36:24 Gama zan karbe ku daga cikin sauran al'umma, in tattaro ku daga dukkan ƙasashe, in kawo ku cikin ƙasarku. 25 Zan yayyafa muku tsabtataccen ruwa, zaku tsarkaka: Daga ƙazantar da ku, da dukan gumakanku zan tsarkaka. 26 Sabuwar zuciya kuma zan ba ku, kuma sabon ruhu zan sa a cikinku, in kawar da zuciyar baƙin ƙarfe daga namanku, in ba ku zuciyar nama. 27 Zan sa ruhuna a cikinku, in sa ku bi dokokina, ku kiyaye ka'idodina, ku aikata su.

Yahaya 3:15 Cewa duk wanda ya gaskata da shi kada ya lalace, amma ya sami rai na har abada. 16 Gama God yayi ƙaunar duniya, har ya ba da makaɗaicin Sonansa, domin duk wanda ya gaskata da shi kada ya lalace, amma ya sami rai na har abada. 17 Gama Bautawa ya aiko hisansa cikin duniya don hukunta duniya. amma cewa duniya ta wurinsa za su sami ceto. 18 Wanda ya gaskata da shi ba a yi masa hukunci ba, amma wanda bai ba da gaskiya ba, an riga an yi masa hukunci, domin bai gaskata da sunan makaɗaicin Godan God ba. 19 Hukuncin kuwa shi ne, haske ya shigo duniya, amma mutane suka fi ƙaunar duhu da hasken, don ayyukansu mugaye ne. 20 Gama kowane mai aikata mugunta ba ya son hasken, ba ya zuwa ga hasken, don kada a tsauta masa ayyukansa. 21 Amma wanda ya aikata gaskiya yakan zo ga hasken, domin a bayyana ayyukansa, cewa, da taimakon God ne aka yi su.

Yi wannan addu'a tare da mu:

Ya ƙaunataccen Yesu, na san cewa na yi zunubi Na zaɓi yin abin da ba daidai ba lokacin da zan iya zaɓan da ke daidai. Na tuba daga wadancan zunubai; Ina so da bukata don raina ya canza ... Yau. Da fatan za a gafarta mini kuma ka sanya sabuwar zuciyar ka da sabon ruhun ka a cikina. Da fatan za kuzo ku zauna a cikin zuciyata har abada. Yesu, don God ka jagorance ni a cikin hanyoyinka kuma ka sa ni in faranta maka rai ba duniyar nan ba. Cika zuciyata da so da tausayinka game da wasu, ka bi da ni duk tsawon rayuwata. Amin.

Yanzu, nemi Ikklisiyar da tayi imani da Littafi Mai-Tsarki a matsayin Maganar God. Gano mene ne matakai na gaba na zama kirista, bin wannan kyakkyawan Yesu da sanin God a matsayin Ubanku da kuma Ruhunsa bishe shi. God ya albarkace ka.

Fasali 12

KU TAFI YI ALMAJIRAI

Menene almajiri?
Ma'anar: Mai bibiya ko dalibin malamin, imani ko falsafa. Sakonni: Mai bi, mai bi, mai bi, dalibi, dalibi, bawan…
Bi ni.

Lokacin da Yesu ya kira almajiransa kawai ya ce, "Bi ni kuma **Zan sa ku** masunta na mutane."Matta 4:19

Bai ce, "Ka bi zuciyar ka ba, ka amince da halinka, ko ka aikata abin da ke zuciyar ka". Ko da "bi mafarkinka". Waɗannan duk abubuwan zamani ne, abubuwan gama-gari waɗanda suke

yin mafarkinmu da ra'ayoyin abubuwan da za a biyo baya. Kowane mutum yana yin abin da ya ga dama.
Yesu ya ce, "Takea ɗauki gicciyenku ku biyo ni .." Ya ce, "**koya** a gare ni domin bautata mai sauqi ce, nauyincina kuma mara nauyi ne ".

Kafin ƙirƙirar encyclopedias kuma daga baya intanet, injunan bincike da girgije inda zaku iya samun bayanai don koyon kusan duk abin da kuke so; Ilimin da akayi shine mafi yawa daga mutum zuwa mutum ta hanyar bakin da misalin rayuwa. Akwai "Masters", da malamai; Iyayengiji waɗanda za ku iya bi. Idan sun gan ka na iya zama kyakkyawan almajiri / mai bi wanda zai dauki abinsu **hanya** ga wasu kuma zuwa tsara mai zuwa za su baka damar koyo daga wurin su. Wannan shine yadda suke yada akida da salon rayuwa. A wasu ƙasashe har yanzu akwai manufar mai koyon aiki wanda ke yin karatu da aiki a ƙarƙashin Jagora Majanna. Har yanzu akwai wasu magus (masters na ruhaniya) waɗanda zasu jagoranci mabiyansu zuwa tafarkin ruhaniyarsu kamar Hare Krishna. Akwai wadanda ke bin koyarwar Mohammed na Musulunci kuma ana kiransu Musulmai.

Duk ko Ba komai

Yesu kuma yace, "... duk wanda bai bada dukkan abin da yake da shi ba, ba zai iya zama almajirina ba" (Luka 14:33). Yana cewa dole ne mu daina bin namu abubuwan domin bin God. Neman farko da Mulkinsa.

Hannu a kan horo

Yesu yana kiran almajiransa su bi shi kuma su koyi hanyoyin shi wanda ya zo daga wurin Ubansa. Sun yi fiye da shekaru uku tare da shi yana tafiya ko'ina yana tafiya kuma yana yin duk abin da ya yi. Waɗannan manyan mabiyan 12 sun ci abinci tare, tafiya tare suka yi barci tare. Sun ga Yesu yana addu'a,
sun ji yana koyarwa, sun gan shi yana kuka, sun kuma gan

shi yana dariya. Ya yi musu jagora kuma ya yi musu gyara. Ya koya musu yin abin da yayi, don warkar da kowace irin cuta, fitar da aljannu da wa'azin Mulkin Sama.

Yesu ya aiki almajiransa su yi yadda ya yi

Wata rana, bayan sun kasance tare da Yesu na wani dan lokaci sai ya aiko da su don fara yin sanarwar irin saƙon da suka koya daga wurin Sa. Sun je suna warkar da marasa lafiya, suna fitar da aljannu kuma suna dogara ga God ne kawai don ya samar musu da komai yadda suke so. Irin mu'ujizan da Yesu ya yi kenan. Sunyi wa'azin sakon guda tare da sakamako iri ɗaya. Almajirai sun yi matukar farin ciki da cewa mutane sun warke har ma aljannu suna yi musu biyayya. Yesu ya gaya masu cewa abin da suke bukatar farin ciki shi ne cewa an rubuta sunayensu a littafin rayuwa.

Yesu ya umurci almajiransa kafin ya tafi zuwa ga dukan duniya da wannan saƙon.

Lokacin da Yesu ya san cewa ba da daɗewa ba za a gicciye shi, sai ya umurci mabiyansa; Ya gaya musu su fita su almajirtar da dukkan al'umman da ke kewaye da su. Ya gaya wa mabiyansa su koya musu duk abin da ya koya musu.

Yesu ya gaya masu cewa mabiyansu za su yi mu'ujjizai iri ɗaya kuma suna koyar da irin saƙo.

Ya ce wadanda suka bada gaskiya ga kalmarsu zasu kuma warkar da marasa lafiya, suna ta da matattu kuma suna fitar da aljannu. Ba za su ji tsoron mummunan abubuwa ba domin ba za a cutar da su ba. Markus 16: 16-17 Yesu ya ba mabiyansa izinin yin wa'azin, warkarwa da isarwa; amma sai ya umurce su da wadancan almajirai su "horar" wasu suyi abu iri daya.

Ya kira su almajiransa, ya kira su abokan sa sannan kuma ya kira su 'yan uwansa.

Gaskiya mai ban mamaki ita ce ba kawai an kira mu mu zama mabiya ba amma an kira mu mu zama 'ya'yan God. Wani bangare na iyali. Yesu ne ɗan'uwanmu. Muna da shi ta wurin Ubanmu God domin Yesu ya buɗe hanya.

"Ku abokaina ne idan kun yi abin da na faɗa muku" Yahaya 15:14

Bulus, wanda bai taɓa haduwa da Yesu ya ce ba, "Bi ni kamar yadda nake bin Kristi"
Karanta 1 Korintiyawa 3: 6-21. Anan, Bulus ya gargadi mutane kada su bi shugabannin mutane kamar duniya suke yi. God ya basu jagororin mutane domin su jagoranci mutane zuwa ga God God. Sai Bulus ya aririce mu, "A matsayinku na Krista, kada ku yi alfahari da mutane da abin da za su iya yi. Dukkan abubuwa naka ne." (1 Korinthiyawa 3:21 NLV) Paul kuma yayi kashedin shugabannin mutane su yi hankali da abin da suka gina a kan tushe wanda yake shi ne Almasihu Yesu. Sai Bulus yace a aya ta 23 "Ku na Kristi ne, Kristi kuwa na God ne.".

Bulus ya rubuta cewa ya kamata ku kalli shugabannin kiristocin nan na mutane:

- Su bayin Kristi ne
- An basu haske game da gaskiyar God
- Su masu kula ne na abubuwan asiri da God ya basu don su ba wasu
- An bukace su da aminci su bauta wa mabiyan Kristi (duba 1 Korantiyawa 4: 2)
- God yasan dalilin zuciyarsu (duba 1 Korantiyawa 4: 5)
- Zaiyi musu hukunci ta hanyar abinda ke cikin zuciyarsu. (kuma 1 Korantiyawa 4: 5)
- Ya kamata su zama kamar Uba bawai Malamai bane. "Kuna iya samun malamai Krista 10,000. Amma ka tuna, Ni kaɗai ne mahaifin da kake da shi. Kun zama Kirista lokacin da na yi muku bisharar." 1 Korantiyawa 4:15 (NLV)
- Rayuwar su ya dace da koyarwar su a duk inda suka je. Duba 1 Korantiyawa 4:17.

Tsohon Alkawari

Kasancewa mai bin God bai fara ba a cikin Sabon Alkawari. Littattafan Tsohon Alkawari sun ba da labarun mutane waɗanda suke da kyau da misalai marasa kyau a gare mu.

God ya faɗi waɗannan maganganu masu ɓacin rai game da Sarki Saul, "Ya juya baya **bin bayan** Ni. " 1 Sama'ila 15: 10-11. God ya ce da gaske, "saboda ya juya baya daga bin ni na ƙi shi ya zama sarki kuma na yi nadamar da na taɓa sa shi mai shugabancin jama'ata". A cikin nasa mutum babu wanda ya isa ya jagoranci tumakinsa, **Waɗannan nasa ne** kuma Shine makiyayin kirki. **Ba za mu iya jagoranta ba sai dai in da kanmu muna bi, ji da kuma biyayya.**

Yayin da Musa yake jagorantar mutane ta cikin jeji suna da akwatin alkawari, alama ce ta kasancewarsa, a tsakiyar zangon. Gajimare a gabansa a sama da rana da al'amudin wuta a cikin dare. Lokacin da lokaci yayi da zasu motsa zuwa sabon wuri girgije zai dauke su kuma dukkansu zasu shirya don motsawa. Sun bi girgijen. Wannan nasu ne **kariya da shugabanci.** Wannan wani nau'in masu ba da jagoranci ne na Ruhu yau. Sauran al'umman suka ji tsoron kai hari saboda daukaka. Yau masu imani dole ne su jagoranci ta Ruhun God Romawa 8:14

Misalin wani wanda yabi, amintacce da yarda God shine Kaleb. Ya kasance mutumin da ya yi rayuwarsa yana bin kuma yana gaskata alkawaran God duk da cewa yawancin mutanen da ke kewaye da shi sun ƙyale kansu da shakkunsu, yin gunaguni da rashin biyayya. Litafin Lissafi 32:11

Amma bawana Kleb, domin shi **yana da ruhu na daban kuma ya bi ni sosai**, Zan kawo ƙasar da ya tafi, a matsayin ɗan leken asiri **za su mallake ta.**" Litafin Lissafi 14:24

Mutumin ya yi tafiya tare da God ya yi magana da God. Ya san shi kuma yana ƙaunarsa to wata rana "ba domin God ya ɗauke shi ba". Farawa 5: 22-24

Ta yaya zaka iya bin God wanda ba zaka iya gani ba?

Muna bin littafi mai tsarki. Akwai tabbatattun dokoki da umarni a cikin Littafi Mai-Tsarki don jagorantarmu da kuma jagorantar rayukanmu cikin abin da ke daidai.

Muna bin jagora da koyarwar Ruhu maitsarki kamar yadda yake bamu jagora da takamaiman jagora idan muka kula da shi.

Muna bin koyarwar shugabannin mu na ruhaniya wanda God ya sanya cikin rayuwar mu don kyawun mu.

Muna bin wadanda suka gabace mu. Zamu iya daukar misalai daga mutane God yayi amfani da karfi. Zamu iya karanta litattafansu kuma mu fahimci abubuwa da yawa game da yadda God yayi aiki tare dasu sannan mu aiwatar dashi ga rayuwar mu.

Kamar Anuhu, zamu iya tafiya tare da God don kanmu. Zamu iya saninsa kuma zamu iya jin muryarsa. Zamu iya binsa duk tsawon rayuwar mu. Zamu iya zama almajirin sa. Muna iya zama dansa. Zamu iya zama Abokinsa idan muka yi masa biyayya. Abu ne na dabi'a ga maibiyya ya jiyo muryar God kuma yana jagoranci ta hanyar rokon da motsawar Ruhu Mai-tsarki wanda ke zaune a cikinsu.

Abu daya wanda yake kusa da zuciyar Uban God shine rayukan wadanda Yesu ya mutu domin su. Yana son mu kai gare su mu kuma almajirtar da waɗanda zasu yarda da maganarmu.

Ku tafi, wa'azin, koyarwa da yin baftisma ku almajirtar da dukkan al'ummai. Matta 28:19, Markus 16: 15-16

BITA: JEKA KA YI CIPLESAN ALMAJIRAI

1. Menene almajiri?
a. Wani masunta na mutane
b. Mai bi ne ko dalibin malamin ko imani
c. Masanin ilimin falsafa
d. Malami na wani imani ko falsafar

2. Wace amsa ce aka ba da kwatancen almajirin Yesu?
a. Ku aikata abin da yake zuciyarku
b. Bi mafarkinka
c. Zama mafi kyawu da zaku iya zama
d. Ka bar abubuwan da kake so domin bin sa

3. Ana horar da almajiran Yesu
a. Don zama mutanen kirki a wannan duniyar
b. Don aikata abin da yake yi a wannan duniyar
c. Don zama masunta
d. Don zama manyan shugabanni a wannan duniyar

4. Wanene Yesu ya ce ya kamata ya yi mu'ujizai ya koyar da saƙo ga duniya?
a. Manzannin 12 kawai

b. Duk wadanda suka gan shi da rai kuma suna son sakonsa
c. Duk wadanda suka yi imani
d. Babu ɗayan abubuwan da ke sama

5. Paul, wanda ya rubuta yawancin Sabon Alkawari bai taɓa haɗuwa da Yesu a zahiri ba
a. Gaskiya ne
b. Karya

6. Neman mabiyan God ya fara ne a cikin Sabon Alkawari.
a. Gaskiya ne
b. Karya

7. Zamu iya tafiya tare da God kanmu
a. Gaskiya ne
b. Karya

8. Zamu iya bin God dukda cewa bamu gan shi ta:
a. Bin Nassosi
b. Bi jagoran Ruhu Mai Tsarki
c. Bi shugabannin shugabanni na ruhaniya da waɗanda suka yi rayuwarsu suna bin God
d. Duk na sama

MA'BALLIN BITA

Wanene God?

1. Gaskiya ne
2. a. sani, so
3. tunani, kasa, gane, hoto
4. Gaskiya
5. b. fahimci hanyoyinsa da dokokinsa
6. shirya, nuna
7. Gaskiya
8. Haske

Me Yasa God Yasa mutane?

1. c
2. b
3. a
4. d
5. a
6. a

Menene Zunubi?

1. Karya
2. mara lafiya
3. yi, tsawa, kamanni, ƙarƙashin
4. suna, ya God, marasa laifi, mara amfani
5. tuna, duka, yi, su, nema, ba nasu ba
6. Gaskiya
7. Karya
8. Gaskiya
9. Gaskiya ne
10. Gaskiya ne
11. c
12. fasikanci, luwadi, ƙiyayya, fushi, jayayya, hassada, buguwa, yi, irin waɗannan, abubuwan, gaji
13. halitta
14. 1 da 2 shine yadda muke tuba

Wanene Yesu?

1. yaro
2. duniya
3. mutum, ajiye
4. matuƙar, zunubi
5. tafiya, shi, zumunci, jini, yana tsarkaka
6. Mai Ceto
7. iko, 'Ya'ya maza, ku yi imani
8. Jiki

Menene Tuba?

1. yayi zunubi kuma ya gaza ga daukaka
2. d
3. Karya
4. Abun bakin ciki, aikatawa
5. tuba
6. tsarkakakke, gani
7. watsi, kai, tunani, God, daidai, addu'a, sabo, rayuwa

Menene Ceto?

1. Yarda
2. zunubi, rabuwa, zuriya
3. zunubi, jahannama, makullin, raba, karɓa
4. a, Kristi, sabo, halitta, ya wuce, sabo
5. furta, Ubangiji Yesu, ka yi imani, zuciya, ka tashi, ka sami ceto
6. Gaskiya, haske
7. ceto, kyale, jagora
8. tafiya, jini, shaida
9. faduwa, tuba, afuwa, kunya

Menene Baftisma na ruwa?

1. b. baftisma cikin ruwa
2. halaka, zunubi, maye gurbinsa, nasara
3. Gaskiya
4. kasuwanci, zunubi, ciniki, Sabon
5. Gaskiya
6. c. Duk wanda ya gaskata cewa Yesu ɗan God ne, ya mutu saboda zunubanmu

Wane ne Ruhu Mai Tsarki?

1. d
2. a
3. c
4. Gaskiya
5. D
6. Gaskiya
7. Gaskiya
8. Gaskiya

Menene Baftismar Ruhu maitsarki?

1. a
2. d
3. Karya
4. b
5. c
6. Karya
7. d

Ku tafi Yi Almajirai

1. b
2. d
3. b
4. c
5. Gaskiya
6. Karya
7. Karya
8. d